Địa Ngục

Dr. Jaerock Lee

1

2

1

Máu chảy ra từ vô số các linh hồn chưa được cứu đang bị tra tấn khủng khiếp chảy ra tạo thành một con sông lớn.

2

Sứ giả địa ngục gớm ghiếc có mặt giống mặt người hoặc các hình thù khác nhau của loài thú xấu xí và ô uế.

3

Trên bờ sông máu rất nhiều trẻ em trong đau khổ những người từ 6 tuổi cho đến khi chỉ trước tuổi dậy thì. Theo mức độ nghiêm trọng của tội lỗi họ, cơ thể họ bị chôn sâu trong bùn và gần với sông máu.

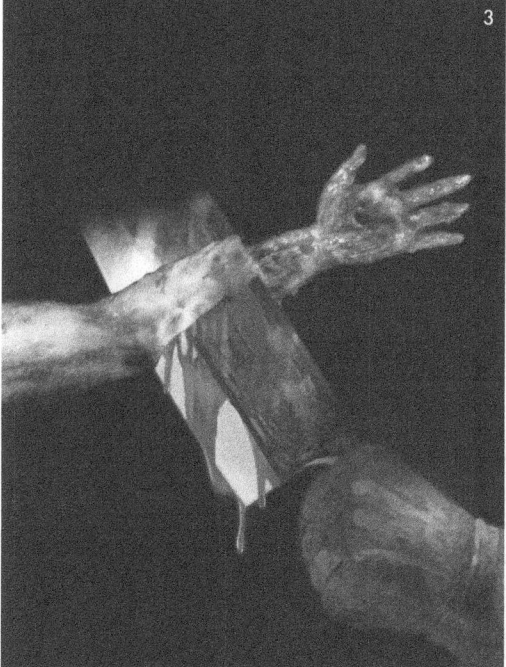

1
Một ao tù đầy mùi hôi thối của nước thải được làm đầy với vô số côn trùng đáng sợ và các loài côn trùng gặm nhấm vào các thân thể của các linh hồn bị giam giữ trong các ao tù. Những con côn trùng chích vào cơ thể và xuyên qua bụng của họ.

2,3
Từ một con dao găm nhỏ đến một cái rìu, một sứ giả hình thù giống heo rất tàn ác và xấu xí của địa ngục chuẩn bị một loạt các công cụ để tra tấn. Sứ giả của địa ngục xẻo thành từng miếng thân thể của những linh hồn bị trói vào một gốc cây.

Một nồi lửa hực được chứa đầy mùi hôi thối khủng khiếp và chất đang sôi mạnh. Các linh hồn bị kết tội là những linh hồn đã từng là chồng hay vợ bị nhúng vào nồi, mỗi lúc một người. Trong khi linh hồn nầy đang bị hành hạ trong đau khổ, thì người kia cầu xin để trừng phạt của người phối ngẫu mình kéo dài hơn.

Vô số côn trùng nhỏ, miệng mở rộng và hàm răng sắc nhọn, đuổi theo các linh hồn những người đang leo lên vách đá. Các linh hồn sợ hãi ngay lập tức bị bao phủ bởi các loài côn trùng và rơi xuống mặt đất.

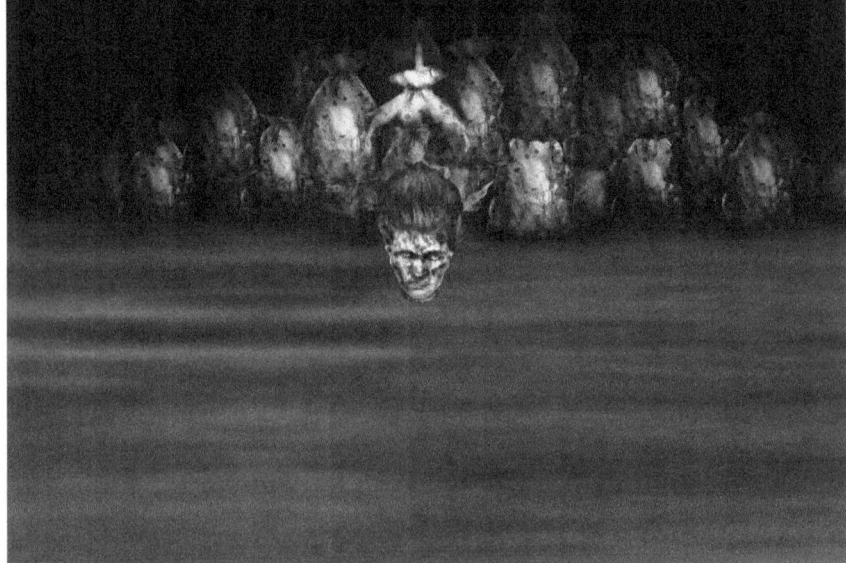

Vô số đầu đen khủng khiếp của những loài đuổi theo kẻ chống đối Đức Chúa Trời, cắn dữ tợn toàn bộ cơ thể của kẻ nổi loạn với hàm răng sắc nhọn của chúng. Sự tra tấn vẫn còn ghê gớm hơn bị chích bởi côn trùng hoặc bị những con thú xé toạc thân xác.

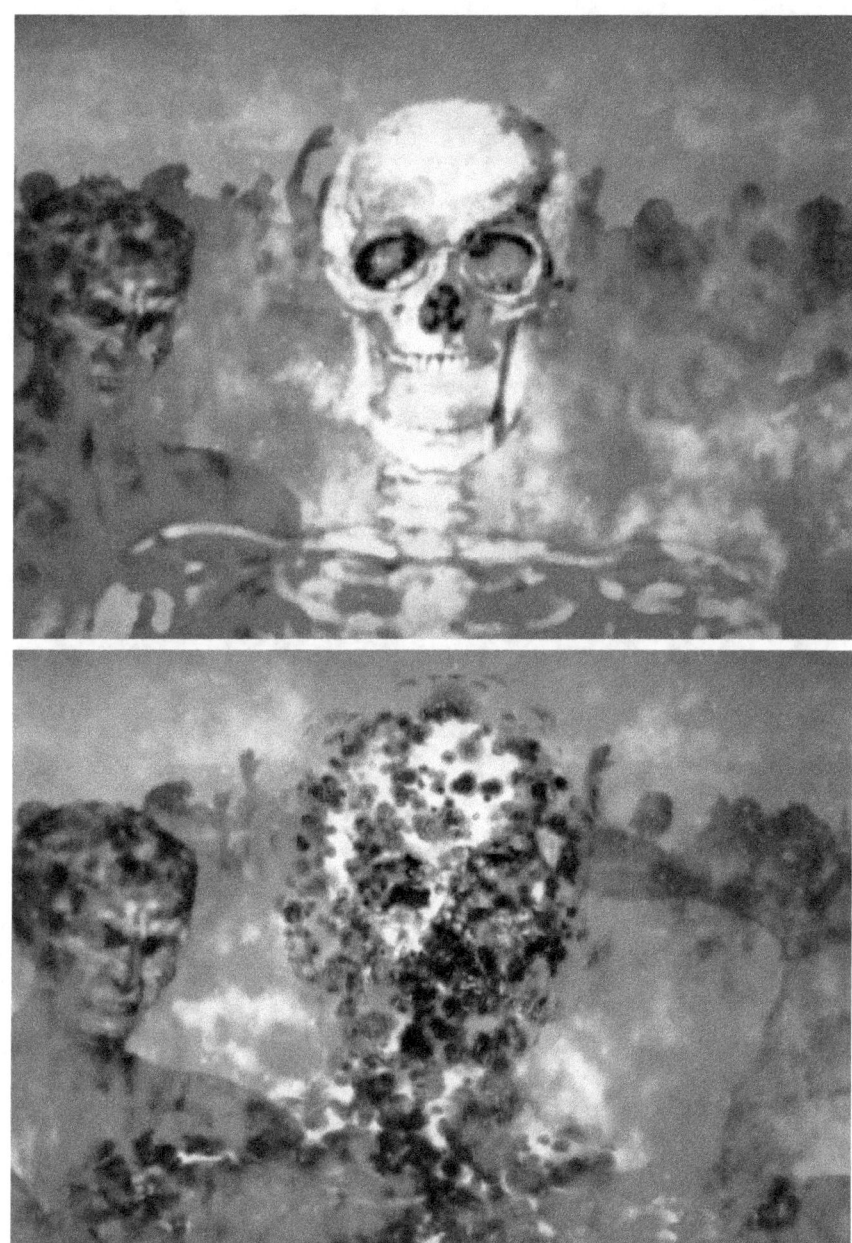

Các linh hồn bị ném vào hồ lửa nhảy trong đau đớn và hét lên rất to. Mắt đỏ ngầu liếc nhìn của họ trở nên khủng khiếp, não của họ nổ tung và có loại chất lỏng phun ra.

Giả sử có một ai đó phải uống chất lỏng chảy ra từ sắt trong lò lửa hừng, các cơ quan nội tạng của kẻ đó sẽ bị đốt cháy. Những linh hồn bị ném vào hồ lửa diêm sinh cháy bừng chẳng thể than khóc hay suy nghĩ được gì và sự đau đớn đè nặng lên họ.

"Vả, người nghèo chết, thiên sứ đem để vào lòng Áp-ra-ham;
người giàu cũng chết, người ta đem chôn.
Người giàu ở nơi Âm phủ đang bị đau đớn,
ngước mắt lên, xa thấy Áp-ra-ham, và La-xa-rơ trong lòng người;
bèn kêu lên rằng: Hỡi Áp-ra-ham tổ tôi, xin thương lấy tôi,
sai La-xa-rơ nhúng đầu ngón tay vào nước đặng làm cho mát lưỡi tôi;
vì tôi bị khổ trong lửa nầy quá đỗi. Nhưng Áp-ra-ham trả lời rằng:

Con ơi, hãy nhớ lại lúc ngươi còn sống đã được hưởng những sự
lành của mình rồi, còn La-xa-rơ phải những sự dữ; bây giờ, nó ở
đây được yên ủi, còn ngươi phải bị khổ hình.

Và lại, có một vực sâu ở giữa chúng ta với ngươi,
đến nỗi ai muốn từ đây qua đó không được, mà ai muốn từ đó
qua đây cũng không được. Người giàu nói rằng:
Tổ tôi ơi! Vậy thì xin sai La-xa-rơ đến nhà cha tôi,
– vì tôi có năm anh em, – đặng người làm chứng cho họ về những
điều nầy, kẻo họ cũng xuống nơi đau đớn nầy chăng.

Áp-ra-ham trả lời rằng: Chúng nó đã có Môi-se và các đấng tiên tri;
chúng nó phải nghe lời các đấng ấy! Người giàu nói rằng:
Thưa Áp-ra-ham tổ tôi, không phải vậy đâu; nhưng nếu có
kẻ chết sống lại đến cùng họ, thì họ sẽ ăn năn.
Song Áp-ra-ham rằng: Nếu không nghe Môi-se và các đấng tiên tri,
thì dầu có ai từ kẻ chết sống lại,
chúng nó cũng chẳng tin vậy."

Lu-ca 16: 22-31

Địa Ngục

"[Nơi địa ngục] sâu bọ của chúng chẳng hề chết, và lửa chẳng hề tắt. Vì mỗi người sẽ bị muối bằng lửa."

(Mác 9:48-49)

Địa Ngục

Dr. Jaerock Lee

Địa Ngục tác giả Tiến Sĩ Jaerock Lee
Do Nhà Sách Urim xuất bản (Người đại diện: Kyungtae Noh)
73, Yeouidaebang-ro 22-gil, Dongjak-gu, Seoul, Korea
www.urimbooks.com

Sách đã đăng ký bản quyền. Quyển sách này hay những phần của sách không được phép tái sản xuất dưới bất kỳ hình thức nào, hoặc lưu trữ trong một hệ thống thu hồi, hoặc tuyên truyền dưới mọi hình thức hay bất kỳ phương tiện nào, điện toán, máy móc, sao chép, thu âm hay phương tiện khác, mà không được sự cho phép bằng văn bản của nhà xuất bản.

Trừ khi được đề cập đến, tất cả những phần trích dẫn Kinh Thánh đều được trích từ Kinh Thánh, bản dịch The Holy Bible in Vietnamese Old Version (Re-typeset) ®, Copyright© VNM -2009-25M VNOV 42 – ISBN 978-1-921445-58-3 bởi United Bible Societies, 1998. Được dùng dưới sự cho phép.

Tác quyền©2013 bởi Tiến Sĩ Jaerock Lee
ISBN: 978-89-7557-810-6
Bản quyền dịch thuật ©2009 bởi Tiến sĩ Esther K. Chung. Được dùng dưới sự cho phép.

Xuất bản lần thứ nhất vào tháng 8 2013

Biên tập Tiến Sĩ Geumsun Vin
Do Ban Biên Tập Nhà Sánh Urim thiết kế
Công ty in ấn Yewon ấn hành
Để biết thêm thông tin hãy liên lạc tại urimbook@hotmail.com

Lời tựa

Hy vọng rằng sách nầy sẽ được sử dụng như bánh của sự sống để đưa nhiều linh hồn về với thiên đàng xinh đẹp, cho phép họ hiểu được tình yêu của Đức Chúa Trời là Đấng mong muốn hết thảy mọi người đều nhận lãnh sự cứu rỗi...

Ngày nay, khi người ta nghe nói về thiên đàng và địa ngục, hầu hết họ đều phủ nhận mà rằng, "Trong thời buổi văn minh khoa học nầy, làm sao tôi có thể tin được những thứ như vậy?" "Có khi nào chúng ta đến thiên đàng hay địa ngục chưa?" Hay là "Chỉ sau khi chết chúng ta mới biết được."

Chúng ta phải biết trước rằng có sự sống sau khi chết. Đến lúc trút hơi thở cuối cùng, thì đã quá muộn. Sau hơi thở cuối cùng trên thế gian nầy, chúng ta sẽ chẳng bao giờ còn có một cơ hội khác để sống thêm lần nữa. Chỉ có sự phán xét của Đức Chúa Trời đang chờ đợi, chúng ta sẽ gặt những gì mình đã gieo trong thế gian nầy.

Qua Kinh Thánh, Đức Chúa Trời đã khải tỏ cho chúng ta con đường cứu rỗi, sự có thật của thiên đàng và địa ngục, sự phán xét sẽ xảy ra theo như lời của Đức Chúa Trời. Ngài đã bày tỏ nhiều công việc kỳ diệu bởi quyền phép Ngài qua nhiều tiên tri thời Cựu Ước và qua Chúa Jêsus.

Ngay cả ngày hôm nay, Đức Chúa Trời cũng cho chúng ta biết rằng Ngài đang hiện hữu và Kinh Thánh là thật bằng cách bày tỏ những dấu kỳ, phép lạ và những công việc kỳ diệu khác bởi quyền phép Ngài đã được chép trong Kinh Thánh qua những đầy tớ trung tín nhất của Ngài. Dầu vậy, bất chấp rất nhiều chứng cứ về công việc của Ngài, vẫn có những kẻ chẳng tin. Vậy, Đức Chúa Trời đã tỏ cho con cái Ngài biết về thiên đàng và hỏa ngục, khích lệ họ làm chứng những gì mình đã thấy với hết thảy thiên hạ.

Đức Chúa Trời của tình yêu thương đã tỏ cho tôi biết về thiên đàng và hỏa ngục một cách tỏ tường và thúc giục tôi công bố sứ điệp nầy trên khắp toàn cầu vì Sự Hiện Đến Lần Hai Của Đấng Christ đang rất gần.

Khi rao giảng các sứ điệp nói về những cảnh tượng sự khốn khổ và kinh sợ nơi Hạ Tầng Âm Phủ thuộc về địa ngục, tôi thấy hội chúng đều run sợ trong đau buồn, nước mắt họ tuôn ra vì những linh hồn đã sa vào những hình phạt kinh khủng và tàn khốc nơi hạ tầng âm phủ.

Những linh hồn không được cứu phải ở dưới Hạ Tầng Âm Phủ cho đến chừng sự phán xét của Ngai Trắng và Lớn xảy ra. Sau sự phán xét, những linh hồn không được cứu sẽ sa vào hồ lửa hay hồ lửa diêm sinh cháy bừng. Những hình phạt ở hồ lửa hoặc hồ lửa diêm sinh ác nghiệt hơn nhiều so với những hình phạt ở Hạ Tầng Âm Phủ.

Tôi viết lại những gì Chúa đã tỏ cho tôi qua công việc của Đức Thánh Linh như lời Chúa trong Kinh Thánh. Sách nầy có thể được gọi là sứ điệp của một tình yêu chân thành từ Giêhôva Đức Chúa Trời của chúng ta Đấng muốn cứu hết thảy mọi người ra khỏi tội lỗi bằng cách tỏ cho họ biết trước về nỗi khốn khổ vô tận nơi địa ngục.

Đức Chúa Trời đã phó chính Con của Ngài để chịu chết trên thập tự giá nhằm cứu hết nhân loại. Ngài không muốn một linh hồn nào bị sa vào địa ngục khốn khổ. Đức Chúa Trời xem một linh hồn quý hơn cả thế gian, do vậy Ngài hết sức vui mừng, và cùng muôn thiên binh thiên sứ vui mừng kỷ niệm khi có một linh hồn được cứu bởi đức tin.

Tôi dâng hết thảy mọi vinh hiển và lòng biết ơn lên Đức Chúa Trời Đấng đã dẫn dắt tôi trong việc xuất bản sách nầy. Tôi hy vọng rằng chúng ta sẽ hiểu được tấm lòng của Chúa là Đấng không muốn một linh hồn nào phải sa vào địa ngục, và mong muốn chúng ta có được đức tin đích thực. Hơn nữa, tôi nài khuyên anh em hãy dốc lòng công bố phúc âm đến với hết thảy những linh hồn đang bị đùa vào địa ngục.

Tôi cũng gởi lời tri ân đến Urim Books cùng ban lãnh đạo kể cả Geumsun Vin, Giám Đốc Ban Biên Tập. Tôi ước mong hết thảy độc giả đều nhận biết về sự thật rằng quả thật có sự sống đời đời sau khi chết và có sự phán xét, mong sao hết thảy chúng ta đầu nhận lãnh được sự cứu rỗi trọn vẹn.

Jaerock Lee

Lời giới thiệu

Cầu xin vô số linh hồn có thể hiểu được nỗi khốn khổ nơi hỏa ngục, ăn năn, xoay khỏi con đường chết, và được cứu...

Được Đức Thánh Linh cảm hóa, Mục sư trưởng Hội Thánh Mammin Joong-ang, Tiến Sĩ Jaerock Lee đã nhận biết được sự sống sau khi chết và địa ngục khốn khổ. Chúng tôi đã hoàn thành sứ điệp nầy và hiện nay xuất bản *Địa Ngục* hầu cho càng nhiều người có thể biết địa ngục cách tường minh. Tôi xin dâng hết vinh hiển và lời cảm tạ lên Đức Chúa Trời.

Nhiều người ngày nay rất muốn biết về cuộc sống sau khi chết, song với những khả năng giới hạn của mình, chúng ta chẳng giải đáp được điều gì. Sách nầy là một bản miêu tả sống động và toàn diện về địa ngục, là điều mà chúng ta đã phần nào được biết qua Kinh Thánh. *Địa Ngục* gồm chín chương.

Chương 1 "Thật Chăng có Thiên Đàng và Địa Ngục?" mô tả kết cấu tổng thể của thiên đàng và địa ngục. Qua dụ ngôn về người giàu và kẻ ăn mày Lazarus trong Luca 16, Thượng Tầng Âm Phủ – nơi chờ đợi của những linh hồn được cứu từ thời Cựu Ước – và Hạ Tầng Âm Phủ - nơi những linh hồn không được cứu chịu hình khổ cho đến kỳ Đại Phán Xét – được giãi bày.

Chương 2 "Con Đường Cứu Rỗi Cho Những Ai Chưa Từng Được Nghe Phúc Âm" sự phán xét của lương tâm được luận đến. Những tiêu chuẩn đặc biệt của sự phán xét dành cho nhiều trường hợp cũng được mô tả đến: những hài nhi chưa sinh từ việc sẩy hoặc phá thai, những trẻ em dưới năm tuổi, và trẻ em trước tuổi mười ba.

Chương 3 "Hạ Tầng Âm Phủ và Bản Chất Của Những Sứ Giả Địa Ngục" mô tả thêm về nơi chờ đợi ở Hạ Tầng Âm Phủ. Sau khi chết, người ta vào nơi chờ đợi ở Hạ Tầng Âm Phủ trong ba ngày rồi sau đó bị đưa đến những nơi khác ở Hạ Tầng Âm Phủ tùy theo tội trọng của họ, rồi chịu hình khổ ác nghiệt ở đó cho đến kỳ Đại Phán Xét Trước Ngai Trắng Và Lớn. Bản chất của những ác linh cai quản nơi Hạ Tầng Âm Phủ cũng được nói đến.

Chương 4 "Những Hình Phạt nơi Hạ Tầng Âm Phủ Trên Những Kẻ Không Được Cứu" cho thấy rằng ngay cả những trẻ em chưa trưởng thành, chưa thể phân biệt đúng sai cũng không nhận được sự cứu rỗi. Có rất nhiều hình phạt mà chúng phải chịu, những hình phạt ấy được phân loại theo nhóm tuổi: những hành phạt đối với những bào thai và những trẻ em còn bú, trẻ mới biết đi, trẻ từ ba đến năm tuổi, và những trẻ từ sáu đến mười hai tuổi.

Chương 5 "Những Hình Phạt Đối Với Những Người Chết Sau Tuổi Dậy Thì," nói về những hình phạt giáng lên những người đã qua khỏi tuổi thiếu niên. Những hình phạt đối với những kẻ xấp xỉ tuổi mười ba được chia làm bốn cấp độ tùy theo tội trọng của chúng. Tội càng trọng, hình phạt càng lớn.

Chương 6 "Sự Trừng Phạt Tội Phỉ Báng Đức Thánh Linh," nhắc nhở độc giả như đã có chép trong Kinh Thánh, có những tội không thể được tha, ấy là nhhững tội không thể ăn năn. Chương nầy cũng mô tả nhiều hình phạt qua những ví dụ cụ thể.

Chương 7 "Sự Cứu Rỗi trong Kỳ Đại Nạn" cảnh báo rằng chúng ta đang sống trong những ngày sau cuối, và sự hiện đến lần hai của Chúa đang đến gần. Chương nầy cho biết rõ những gì sẽ xảy ra vào thời điểm sự Hiện Đến Lần Hai Của Chúa, những người bị bỏ lại trong Đại Nạn chỉ có thể được cứu qua tuẫn đạo. Đồng thời cũng thúc giục chúng ta tự chuẩn bị chính mình như một tân nương xinh đẹp của Chúa Jêsus hầu cho chúng ta được dự vào Bảy Năm Đại Tiệc Cưới, và không bị bỏ lại sau lúc Cất Lên.

Chương 8 "Những Hình Phạt ở Địa Ngục Sau Đại Phán Xét," nói rõ thêm về sự Phán Xét vào cuối thời kỳ Hoàng Kim, những kẻ không được cứu sẽ bị chuyển từ Hạ Tầng Âm Phủ đến đại ngục như thế nào, nhiều hình phạt khác nhau giáng lên họ, số phận của những ác linh và hình phạt chúng.

Chương 9 "Tại Sao Đức Chúa Trời Của Tình Yêu Thương Phải Dựng Nên Địa Ngục?" nói về tình yêu dư dật và tràn đầy của Đức Chúa Trời, là tình yêu đã bày tỏ qua việc hy sinh Con một của Ngài. Chương cuối cùng giải thích tường tận tại sao Đức Chúa Trời Của Tình Yêu Thương đã dựng nên địa ngục.

Địa Ngục cũng khích lệ chúng ta hiểu thấu tình yêu của Đức Chúa Trời là Đấng muốn hết thảy linh hồn đều được cứu và luôn tỉnh thức trong đức tin. *Địa Ngục* được khép lại bằng lời nài khuyên chúng ta hãy đưa dẫn thật nhiều linh hồn đến với con đường cứu rỗi.

Đức Chúa Trời là Đấng đầy lòng thương xót và trắc ẩn, và chính Ngài là tình yêu. Ngày nay, với tấm lòng một người cha đang mong đợi đứa con hoang toàng của mình trở về, Đức Chúa Trời tha thiết chờ đợi hết thảy những linh hồn lầm lạc thoát khỏi tội ô và nhận lãnh sự cứu rỗi.

Lời giới thiệu

Vì vậy, tôi tha thiết hy vọng rằng nhiều linh hồn trên khắp cả thế gian sẽ hiểu và nhận biết rằng sự khốn khổ nơi đại ngục là điều có thật, để sớm trở lại cùng Chúa. Tôi cũng nhân danh Chúa Jêsus mà cầu nguyện cho hết thảy anh chị em là những người tin theo Chúa hãy giữ lấy mình và luôn tỉnh thức, dẫn dắt dắt thật nhiều người cũng như chính mình có thể vào được thiên đàng.

Geumsun Vin
Giám Đốc Ban Biên Tập

Mục lục

Lời tựa

Lời giới thiệu

Chương 1 –

Thật Chăng có Thiên Đàng và Địa Ngục? • 1

Quả Thật có Thiên Đàng và Địa Ngục
Dụ Ngôn về Người Giàu và Kẻ Ăn Mày Lazarus
Cấu Trúc của Thiên Đàng và Địa Ngục
Thượng Tầng Âm Phủ và Barađi
Hạ Tầng Âm Phủ, một Nơi Chờ Dẫn Đến Địa Ngục

Chương 2 –

Con Đường Cứu Rỗi Cho Những Ai Chưa Từng Được Nghe Phúc Âm • 25

Sự Phán Xét Của Lương Tâm
Những Thai Nhi từ Việc Phá Thai và Sẩy Thai
Trẻ Em Mới Chào Đời Đến Năm Tuổi
Trẻ Em Từ Sáu Đến Trước Tuổi Mười Ba
Ađam và Êva Có Được Cứu Chăng?
Điều Gì Xảy Đến với Kẻ Giết Người Đầu Tiên Cain?

Chương 3 –

Hạ Tầng Âm Phủ và Bản Chất Của Những Sứ Giả Địa Ngục • 57

Những Sứ Giả Địa Ngục Đưa Người Ta Xuống Hạ Tầng Âm Phủ
Một Nơi Chờ Đợi của Giới Ác Linh
Những Hình Phạt Khác Nhau ở Hạ Tầng Âm Phủ dành cho Những Tội Khác Nhau
Luciphe Cai Quản nơi Hạ Tầng Âm Phủ
Bản Chất của Sứ Giả Địa Ngục

Chương 4 –

Những Hình Phạt nơi Hạ Tầng Âm Phủ Trên Những Kẻ Không Được Cứu • 75

Những Thai Nhi và Trẻ Em Còn Đang Bú
Những Trẻ Mới Biết Đi
Những Trẻ Vừa Mới Biết Đi và Biết Nói
Những Trẻ từ Sáu đến Mười Hai Tuổi
Những Người Trẻ Tuổi đã Cười Nhạo Tiên Tri Êlisê

Chương 5 –

**Những Hình Phạt Đối Với
Những Người Chết Sau Tuổi Dậy Thì • 93**

Mức Hình Phạt Thứ Nhất
Mức Hình Phạt Thứ Hai
Hình Phạt Giáng Trên Pharaôn
Mức Hình Phạt Thứ Ba
Hình Phạt Giáng Trên Bôntê Philát
Hình Phạt Giáng Trên Saulơ Vị Vua Đầu Tiên Isơrơen
Mức Hình Phạt Thứ Tư Giáng Trên Giuđa Íchcariốt

Chương 6 –

Sự Trừng Phạt Tội Phỉ Báng Đức Thánh Linh • 137

Sự Khốn Khổ Trong Vạc Dầu Sôi
Trèo Lên Vách Đá Thẳng Đứng
Đốt Miệng Bằng Sắt Nung Đỏ
Những Cỗ Máy Hành Hạ To Lớn Cực Kỳ
Bị Trói Vào Thân Cây

Chương 7 –

Sự Cứu Rỗi trong Kỳ Đại Nạn • 167

Sự Hiện Đến Của Đấng Christ Và Sự Cất Lên
Bảy Năm Đại Nạn
Tuẫn Đạo Trong Kỳ Đại Nạn
Sự Hiện Đến Lần Hai của Đấng Christ và Thời Đại Hoàng Kim
Chuẩn Bị Để Trở Thành Tân Nương Xinh Đẹp của Chúa

Chương 8 –

Những Hình Phạt ở Địa Ngục Sau Đại Phán Xét • 193

Những Linh Hồn Không Được Cứu Sa Vào Địa Ngục Sau Phán Xét
Hồ Lửa & Hồ Diêm Sinh Cháy Bừng
Một Số Ác Linh Còn Lại ở Hạ Tầng Âm Phủ Sau Phán Xét
Những Ác Linh Bị Nhốt ở Vực Sâu
Sự Cuối Cùng Của Ma Quỉ Sẽ Là Nơi Nào?

Chương 9 –

Tại Sao Đức Chúa Trời Của Tình Yêu Thương Phải Dựng Nên Địa Ngục • 227

Sự Kiên Nhẫn và Tình Yêu của Đức Chúa Trời
Tại Sao Đức Chúa Trời Yêu Thương Phải Dựng Nên Địa Ngục?
Đức Chúa Trời Muốn Hết Thảy Mọi Người Đều Được Cứu
4. Dạn Dĩ Rao Truyền Phúc Âm

Chương 1

Thật Chăng Có Thiên Đàng Và Địa Ngục?

Quả Thật có Thiên Đàng và Địa Ngục
Dụ Ngôn về Người Giàu và Kẻ Ăn Mày Lazarus
Cấu Trúc của Thiên Đàng và Địa Ngục
Thượng Tầng Âm Phủ và Barađi
Hạ Tầng Âm Phủ, một Nơi Chờ Dẫn Đến Địa Ngục

"Ngài đáp rằng: Bởi vì đã ban cho các ngươi được biết những điều mầu nhiệm của nước thiên đàng, song về phần họ, thì không ban cho biết."
(Ma-thi-ơ 13:11)

"Còn nếu mắt ngươi làm cho ngươi phạm tội, hãy móc nó đi; thà rằng chỉ một mắt mà vào nước Đức Chúa Trời, còn hơn đủ hai mắt mà bị quăng vào địa ngục."
(Mác 9:47)

Hầu hết trong khắp thiên hạ, mọi người đều sợ chết và sống trong nỗi lo sợ của chính mình về sự đó. Dẫu vậy, họ chẳng biết tìm kiếm Đức Chúa Trời vì họ chẳng tin có đời sau. Hơn thế, nhiều người xưng nhận đức tin nơi Đấng Christ cũng chẳng sống bởi đức tin. Vì cớ sự u mê, người ta đâm ra nghi ngờ và chẳng tin có đời sau, mặc dù qua Kinh Thánh, Đức Chúa Trời đã bày tỏ cho chúng ta về sự sống sau khi chết, thiên đàng và địa ngục.

Đời sau là một thế giới thần linh vô hình. Nếu không bởi Đức Chúa Trời tỏ cho biết, thì chẳng ai có thể biết sự đó. Như đã được chép nhiều lần trong Kinh Thánh, quả thật có sự tồn tại của thiên đàng và đại ngục. Ấy là tại sao Đức Chúa Trời tỏ rõ thiên đàng và địa ngục cho rất nhiều người trên khắp mọi nơi và cho họ công bố chúng đến tận cùng trái đất.

"Quả thật có thiên đàng và địa ngục."

"Thiên đàng là một nơi xinh đẹp và hấp dẫn trong khi đó địa ngục là nơi ảm đạm thê lương và khốn khổ quá sức suy tưởng của con người. Tôi tha thiết nài khuyên anh chị em hãy tin rằng có sự sống sau khi chết."

"Đi vào thiên đàng hay địa ngục là tùy vào chúng ta. Để tránh phải sa vào địa ngục, chúng ta hãy mau ăn năn tội lỗi mình và tin nhận Chúa Jêsus Christ."

"Quả thật có địa ngục. Ấy là nơi người ta khốn khổ trong lửa đời đời. Và cũng quả thật có thiên đàng. Thiên đàng có thể là quê hương đời đời của chúng ta."

Đức Chúa Trời của tình yêu thương đã tỏ cho tôi biết về

thiên đàng từ tháng năm 1984. Ngài cũng tỏ bày cho tôi cách tỏ tường về địa ngục từ tháng ba 2000. Ngài phán cùng tôi hãy rao truyền những gì mình đã được biết về thiên đàng và địa ngục đến khắp thiên hạ hầu cho không một ai sẽ bị hình phạt nơi hồ lửa hay hồ diêm sinh cháy bừng.

Có lần Đức Chúa Trời đã tỏ cho tôi biết về một linh hồn đang khốn khổ và than khóc trong hối tiếc nơi Hạ Tầng Âm Phủ, nơi dành cho hết thảy những kẻ chịu số phận vào địa ngục đang chờ đợi trong đau đớn vô cùng. Linh hồn nầy đã từ chối tin nhận Chúa bất chấp nhiều cơ hội để nghe phúc âm để rồi cuối cùng phải vào địa ngục sau khi chết. Sau đây là sự thú nhận của người:

Tôi đếm từng ngày.
Tôi cứ đếm hoài, đếm hoài,
song chúng dài vô tận.
Lẽ ra tôi đã tin nhận Chúa Jêsus
khi người ta nói cho tôi về Ngài.
Giờ đây tôi sẽ làm gì?

Cho dù giờ đây có hối tiếc,
cũng chẳng có ích gì cho tôi.
Tôi chẳng biết giờ phải làm gì.
Tôi muốn thoát khỏi nỗi khốn cùng nầy
nhưng chẳng biết làm sao.

Tôi cứ đếm một ngày, hai ngày, rồi ba ngày.
Song cho dù cứ làm như vậy,
giờ tôi biết chỉ là luống công.
Lòng tôi tan nát.

Tôi phải làm gì? Tôi phải làm gì?
Là sao tôi có thể thoát khỏi sự đau đớn ghê gớm nầy?
Ôi linh hồn tội nghiệp của tôi, tôi biết phải làm gì?
Làm sao tôi chịu nổi?

Quả Thật Có Thiên Đàng và Địa Ngục

Hê-bơ-rơ 9:27 chép rằng *"Theo như đã định cho loài người phải chết một lần, rồi chịu phán xét."* Hết thảy người nam và người đều phải chết, sau khi trút hơi thở cuối cùng, họ được vào thiên đàng hay sa vào địa ngục sau sự phán xét.

Đức Chúa Trời muốn mọi người đều được vào thiên đàng vì Ngài là tình yêu. Đức Chúa Trời đã sắm sẵn Chúa Jêsus Christ từ trước vô cùng, và đến kỳ, Ngài đã mở đường cứu rỗi cho toàn nhân loại. Đức Chúa Trời chẳng muốn bất kỳ một linh hồn nào phải sa vào đại ngục.

Rô-ma 5:7-8 công bố rằng *"Vả, họa mới có kẻ chịu chết vì người nghĩa; dễ thường cũng có kẻ bằng lòng chết vì người lành. Nhưng Đức Chúa Trời tỏ lòng yêu thương Ngài đối với chúng ta, khi chúng ta còn là người có tội, thì Đấng Christ vì chúng ta chịu chết."* Thật vậy, Đức Chúa Trời đã bày tỏ lòng yêu thương Ngài bằng cách chẳng tiếc Con một của mình mà phó cho chúng ta.

Cánh cửa cứu rỗi đang mở rộng hầu cho hễ ai tin nhận Chúa Jêsus Christ làm Cứu Chúa của mình thì sẽ được cứu và được vào thiên đàng. Tuy nhiên, hầu hết người ta chẳng mấy bận tâm đến thiên đàng và địa ngục cho dù họ có nghe về chúng. Vả lại, một số người trong họ thậm chí còn bắt bớ những người công bố phúc âm.

Thực tế đáng buồn nhất rằng nhiều người công bố niềm tin mình nơi Chúa song vẫn còn yêu mến thế gian và thỏa hiệp với tội lỗi vì họ thật ra chẳng có hy vọng về thiên đàng và cũng chẳng sợ hãi gì địa ngục.

Qua chứng cứ của những chứng nhân và Kinh Thánh

Thiên đàng và địa ngục là thế giới thần linh thật sự đang tồn tại. Kinh Thánh đã nhiều lần nói đến điều nầy. Những người đã từng đến thiên đàng hoặc địa ngục cũng chứng kiến chúng. Ví dụ, trong Kinh Thánh, Đức Chúa Trời cho chúng ta biết về sự khốn khổ nơi địa ngục là thế nào hầu cho chúng ta có thể có được sự sống đời đời nơi thiên đàng thay vì sa vào địa ngục sau khi chết.

Nếu tay người làm cho ngươi phạm tội, hãy chặt nó đi; thà rằng một tay mà vào sự sống, còn hơn đủ hai tay mà sa xuống địa ngục, trong lửa chẳng hề tắt. Lại nếu chân ngươi làm cho ngươi phạm tội, hãy chặt nó đi; thà rằng què chân mà vào sự sống, còn hơn đủ hai chân mà bị quăng vào địa ngục. Còn nếu mắt ngươi làm cho ngươi phạm tội, hãy móc nó đi; thà rằng chỉ một mắt mà vào nước Đức Chúa Trời, còn hơn đủ hai mắt mà bị quăng vào địa ngục, đó là nơi sâu bọ của chúng nó chẳng hề chết và là nơi lửa chẳng hề tắt. Vì mỗi người sẽ bị muối trong lửa (Mác 9:43-49).

Những người đã từng đến địa ngục chứng kiến y như những gì Kinh Thánh nói. Ở địa ngục, "sâu bọ của chúng nó chẳng hề chết và là nơi lửa chẳng hề tắt. Vì mỗi người sẽ bị muối trong lửa."

Thật rõ như ban ngày rằng có thiên đàng và địa ngục sau sự chết y như có chép trong Kinh Thánh. Thế thì chúng ta hãy vào thiên đàng bằng cách sống theo Lời Chúa, và luôn biết rằng có sự tồn tại của thiên đàng và địa ngục. Chúng ta chẳng nên như linh hồn đã nói đến trên đây – than khóc và hối tiếc chẳng hề dứt trong vô vọng nơi Âm Phủ vì cớ người đã từ chối tin nhận Chúa bất chấp nhiều cơ hội được nghe phúc âm.

Trong Giăng 14:11-12, Chúa Jêsus phán cùng chúng ta rằng, *"Khi Ta nói rằng Ta ở trong Cha và Cha ở trong Ta, thì hãy tin Ta; Quả thật, quả thật, Ta nói cùng các ngươi, kẻ nào tin ta cũng sẽ làm việc ta làm; lại cũng làm việc lớn hơn nữa, vì Ta đi về cùng Cha."*

Chúng ta có thể nhận biết một con người nào đó là người của Đức Chúa Trời khi những công việc đầy quyền phép vượt quá khả năng của con người cặp theo người ấy, chúng ta cũng sẽ xác nhận rằng thông điệp của người ấy là phù hợp với lời của Đức Chúa Trời.

Tôi rao truyền về Chúa Jêsus Christ, bày tỏ công việc đầy quyền phép của Đức Chúa Trời hằng sống trong những chiến dịch mà tôi đã tổ chức trên khắp thế giới. Khi tôi cầu nguyện trong danh Chúa Jêsus Christ, rất nhiều người tin và nhận sự cứu rỗi nhờ công việc lạ lùng xảy ra: người mù được sáng mắt, người câm biết nói, người què đứng lên, kẻ chết sống lại, và nhiều việc tương tự.

Bằng cách nầy Đức Chúa Trời đã bày tỏ công việc quyền Ngài qua tôi. Ngài cũng bày tỏ tường tận cho tôi về thiên đàng và địa ngục và cho phép tôi công bố chúng đến với mọi người trên toàn cầu hầu cho có thật nhiều người được cứu.

Ngày nay, có nhiều người muốn tìm hiểu về sự sống sau

khi chết – thế giới thần linh – song chỉ bằng những nỗ lực của con người để biết rõ về thế giới thuộc linh là điều không thể làm được. Chúng ta có thể biết được phần nào về điều nầy qua Kinh Thánh. Tuy nhiên, chúng ta có thể biết rõ chỉ khi nào Đức Chúa Trời bày tỏ và được cảm động hoàn toàn bởi Đức Thánh Linh là Đấng dò xét mọi sự kể cả sự sâu nhiệm của Đức Chúa Trời nữa (1 Cô-rinh-tô 2:10).

Tôi hy vọng anh chị em sẽ hoàn toàn tin vào sự mô tả của tôi về địa ngục dựa vào những phân đoạn trong Kinh Thánh vì chính Đức Chúa Trời đã tỏ cho tôi biết trong khi tôi được Đức Thánh Linh cảm động hoàn toàn.

Lý Do Công Bố Sự Phán Xét của Đức Chúa Trời và Hình Phạt nơi Địa Ngục

Khi tôi giãi bày sứ điệp về địa ngục, những người có đức tin được đầy dẫy Thánh Linh chăm chú lắng nghe không hề có sự sợ hãi. Song, có một số người trở nên căng thẳng đến nỗi đờ mặt ra để rồi những lời xác quyết đáp lại "Amen" hay "thật vậy" dần dần biến mất khỏi họ đương lúc nghe giảng.

Đến mức tệ nhất, những người yếu đức tin không còn đến tham gia thờ phượng nữa hoặc rời khỏi hội thánh trong nỗi sợ hãi, lẽ ra họ phải tái xác nhận đức tin mình trong niềm hy vọng về nước thiên đàng.

Dầu vậy, tôi phải nói về địa ngục vì tôi biết tấm lòng của Đức Chúa Trời. Ngài rất lo lắng cho những ai đang đi về phía địa ngục, đang ở trong sự tối tăm, đang thỏa hiệp với cách sống của thế gian mặc có một số trong họ đã xưng nhận niềm tin mình nơi Chúa Jêsus Christ.

Bởi vậy, tôi sẽ giảng giải về địa ngục cách cụ thể hầu cho con cái Đức Chúa Trời có thể ở trong sự sáng, ra khỏi sự tối tăm. Đức Chúa Trời muốn con cái Ngài ăn năn và được vào nước thiên đàng cho dù họ có thể sợ hãi và lo lắng khi nghe đến sự phán xét của Đức Chúa Trời và hình phạt nơi địa ngục.

Dụ Ngôn về Người Giàu và Kẻ Ăn Mày Laxarơ

Trong Lu-ca 16:19-31, cả người giàu và kẻ ăn mày Laxarơ đều qua thế giới bên kia sau sự chết. Vị trí và tình trạng chỗ ở của mỗi người là hoàn toàn khác biệt nhau.

Người giàu phải chịu khổ hình ghê gớm tron lửa, trong khi Laxarơ ở trong lòng Ápraham cách xa nhau một vực thẳm bao la. Tại sao?

Trong thời Cựu Ước, sự phán xét của Đức Chúa Trời được thi hành theo theo Luật Pháp Môise. Một mặt, người giàu phải chịu hình phạt trong lửa vì có không tin Đức Chúa Trời, mặc dù đã xa hoa sang trọng trong đời nầy. Trái lại, kẻ ăn mày Laxarơ được vui hưởng sự yên nghỉ đời đời nhờ người đã tin Đức Chúa Trời mặc dù người ông đã từng đầy ghẻ chốc và thèm được ăn những thứ rơi rớt từ bàn ăn của người giàu.

Sự sống sau khi chết được đoán định bởi sự phán xét của Đức Chúa Trời

Trong Cựu Ước, chúng ta thấy những tổ phụ đức tin kể cả Giacốp và Gióp đều nói rằng họ sẽ xuống Âm Phủ sau khi chết (Sáng Thế 37:35; Gióp 7:9). Côrê cùng bè đảng người là những kẻ chống nghịch Môise đều bị Âm Phủ nuốt sống trong cơn thịnh nộ của Đức Chúa Trời (Dân Số 16:33).

Trong Cựu Ước cũng có nói đến "Âm Ty." Từ Âm Phủ trong tiếng Anh mang cả hai nghĩa "Âm Ty" và "Diêm Vương." Âm Phủ được chia làm hai phần: Thượng Tầng Âm Phủ thuộc thiên đàng, và Hạ Tầng Âm Phủ thuộc địa ngục.

Như vậy, chúng ta hiểu rằng những tổ phụ đức tin như Gia-cốp và Gióp, cũng như kẻ ăn mày Laxarơ đã vào Thượng Tầng Âm Phủ thuộc thiên đàng, trong khi đó Côrê và người giàu xuống Hạ Tầng Âm Phủ thuộc địa ngục.

Như thế, quả thật có cuộc sống sau khi chết và hết thảy người nam và người nữ đều được đoán định để vào thiên đàng hay xuống địa ngục tùy theo sự phán xét của Đức Chúa Trời. Tôi tha thiết nài khuyên quý ông bà, anh chị em hãy tin Đức Chúa Trời hầu cho chúng ta sẽ được cứu khỏi con đường sa vào địa ngục.

Cấu Trúc của Thiên Đàng và Địa Ngục

Kinh Thánh sử dụng rất nhiều tên gọi trong việc đề cập đến thiên đàng và địa ngục. Thật ra, chúng ta biết rằng thiên đàng và địa ngục là hai nơi khác biệt nhau.

Nói cách khác, thiên đàng được nói đến như "Thượng Tầng Âm Phủ," "Barađi," hay "Giêrusalem Mới," Vì thiên đàng là nơi ở củ những linh hồn được cứu, được phân loại và chia làm nhiều nơi khác nhau.

Như tôi đã trình bày trong sứ điệp *"Tầm Thước Đức Tin"* và *"Thiên Đàng I & II,"* chúng ta có thể sống gần với Ngai của Chúa hơn tại Giêrusalem Mới tùy theo mức độ mà chúng ta đã phục hồi được ảnh tượng đã mất của Đức Chúa Cha. Như một sự lựa chọn, chúng ta có thể vào Thiên Đàng Thứ Ba, Thiên Đàng Thứ Hai, hay Thiên Đàng Thứ Nhất của Vương Quốc

Thiên Đàng tùy vào lượng đức tin của mình. Những người chỉ đủ được cứu có thể vào Brađi.

Nơi ở của những linh hồn không được cứu hay những ác linh cũng được đề cập đến như "hồ lửa," "hồ lửa diêm sinh cháy bừng," hay "vực sâu (hố không đáy)." Giống như thiên đàng được phân chia thành nhiều nơi khác nhau, địa ngục cũng được phân chia thành nhiều nơi vì mỗi nơi ở của linh hồn đều không giống nhau tùy vào những công việc xấu xa mà đã làm ở thế gian nầy.

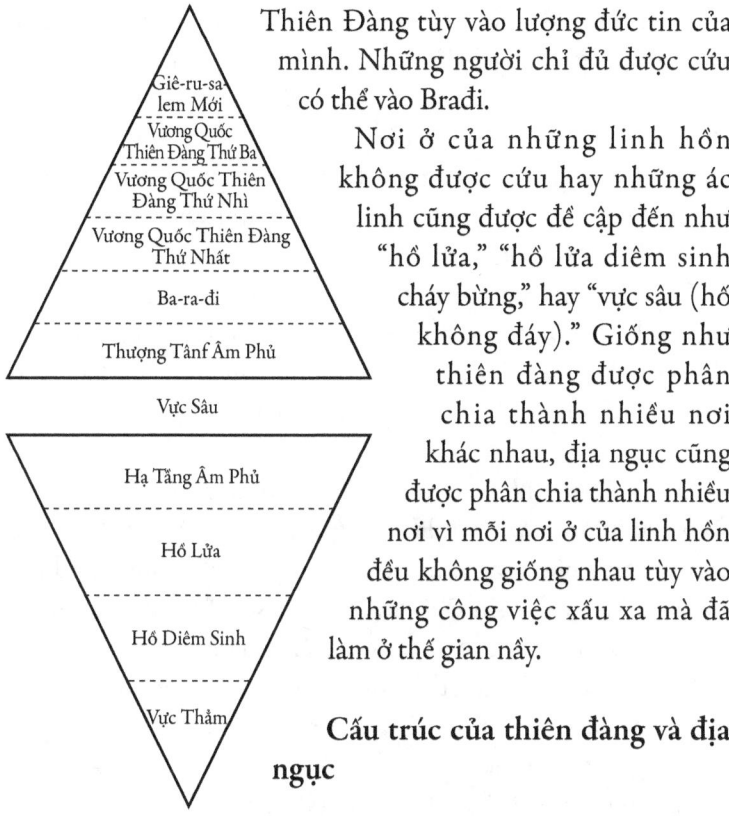

Cấu trúc của thiên đàng và địa ngục

Hãy hình dung hình dạng của một viên kim cương (◇) để hiểu rõ hơn cấu trúc của thiên đàng và địa ngục. Nếu hình dạng ấy được phân đôi, sẽ có một tam giác thường (△) và một tam giác ngược (▽). Chúng ta hãy giả sử rằng một nửa tam giác phía trên tượng trưng cho thiên đàng, còn tam giác ngược tượng trưng cho địa ngục.

Phần cao nhất của tam giác trên tương ứng với Giêrusalem Mới, trong khi đó phần thấp nhất của nó tương ứng với Thượng Tầng Âm Phủ. Nói cách khác, Thượng Tầng Âm Phủ là Brađi, Thiên Đàng Thứ Nhất, Thiên Đàng Thứ Hai, Thiên

Đàng Thứ Ba, và Giêrusalem Mới. Tuy nhiên, chúng ta không nên nghĩ rằng những Thiên Đàng khác nhau cũng giống như sự khác nhau của các tầng lầu thứ nhất, thứ hai và thứ ba của tòa nhà ở thế gian nầy. Trong thế giới thuộc linh chúng ta không thể phân biệt như thể vẽ một đường để phân biệt hình dạng của nó như ở đất nầy. Tôi chỉ có thể nói như vậy để cho chúng ta có thể hiểu rõ hơn về thiên đàng và địa ngục.

Ở phần tam giác phía trên, đỉnh của nó tương ứng với Giêrusalem Mới, trong khi đó phần thấp nhất tương ứng với Thượng Tầng Âm Phủ. Nói cách khác, càng tiến về phần trên cao của tam giác, chúng ta càng thấy Thiên Đàng tốt đẹp hơn.

Ở hình dạng khác, tam giác lộn ngược, phần cao nhất và rộng nhất tương ứng với Hạ Tầng Âm Phủ. Càng gần hơn về phía dưới, là phần sâu hơn trong địa ngục; Hạ Tầng Âm Phủ, hồ lửa, hồ lửa diêm sinh, và vực sâu. Vực sâu được nói trong các sách Luca và Khải Huyền nói đến phần sâu nhất của địa ngục.

Ở tam giác trên cao, diện tích thu hẹp dần về phía đỉnh – từ Barađi đến Giêrusalem Mới. Hình dạng nầy cho chúng ta biết rằng số người vào Giêrusalem Mới là tương đối ít so với số người vào Barađi, Thiên Đàng Thứ Nhất hoặc Thiên Đàng Thứ Hai. Điều nầy là vì chỉ những ai đạt tới sự thánh khiết và trọn vẹn qua việc thánh hóa tấm lòng mình, tiếp nối tấm lòng của Đức Chúa Cha, mới có thể được vào Giêrusalem Mới.

Như chúng ta có thể nhìn thấy ở tam giác ngược, tương đối ít người đi vào phần sâu hơn của địa ngục, vì chỉ những kẻ có lương tâm chai lì và những kẻ phạm những tội xấu xa nhất mới bị quăng vào nơi nầy. Đại đa số những người phạm những tội tương đối nhẹ hơn thì đi vào phần cao hơn và rộng hơn của địa ngục.

Vì vậy, thiên đàng và địa ngục có thể có hình dung giống

hình một viên kim cương. Tuy vậy, chúng ta không nên cho rằng thiên đàng có hình dạng giống tam giác, hay địa ngục giống tam giác ngược.

Một vực thẳm lớn giữa thiên đàng và địa ngục

Có một vực thẳm bao la giữa tam giác trên cao – thiên đàng – và tam giác ngược – địa ngục. Thiên đàng và địa ngục không phải gần kề nhau mà là cách xa nhau đến mức không thể ước tính được.

Đức Chúa Trời đã đặt ranh giới rạch ròi như vậy hầu cho những linh hồn ở thiên đàng và địa ngục không thể qua lại với nhau được. Chỉ trong trường hợp đặc biệt với sự cho phép của Đức Chúa Trời, thì mới có thể nói chuyện với nhau theo cách mà người giàu và Ápraham đã làm.

Giữa hai tam giác đối xứng, có một vực thẳm vô cùng rộng lớn. Người ta không thể đi lại từ thiên đàng đến địa ngục, và ngược lại. Tuy vậy, nếu Đức Chúa Trời cho phép, những người ở thiên đàng và địa ngục có thể nhìn, nghe, và nói chuyện với nhau trong ý nghĩ của mình bất chấp khoảng cách.

Có lẽ điều này có thể dễ hơn nếu chúng ta liên hệ đến việc mình có thể nói chuyện với người ở bên kia địa cầu qu điện thoại hoặc có thể nhìn thấy tận mắt trên màng hình qua vệ tinh nhờ vào sự tiến bộ và phát triển nhanh chóng của khoa học và kỹ thuật.

Mặc dù có một vực thẳm lớn giữa thiên đàng và địa ngục, người giàu có thể nhìn thấy Laxarơ yên nghỉ trong lòng của Ápraham và nói chuyện cùng Ápraham trong ý nghĩ của mình với sự cho phép của Đức Chúa Trời.

Thượng Tầng Âm Phủ và Barađi

Thật ra, Thượng Tầng Âm Phủ không phải là một phần của thiên đàng, song nó có thể được coi như thuộc về thiên đàng, trong khi đó Hạ Tầng Âm Phủ là một phần của địa ngục. Vai trò của Thượng Tầng Âm Phủ từ thời Cựu Ước đến thời Tân Ước đã được thay đổi.

Thượng Tầng Âm Phủ Trong Thời Cựu Ước

Trong thời Cựu Ước, Thượng Tầng Âm Phủ là nơi chờ đợi của những linh hồn được cứu. Ápraham, tổ phụ đức tin cai quản nơi nầy, vậy nên Kinh Thánh có nói rằng Laxarơ được ở trong lòng Ápraham.

Tuy nhiên, từ khi Đức Chúa Jêsus Christ phục sinh và thăng thiên, những linh hồn được cứu không còn ở gần Ápraham nữa mà được chuyển sang Barađi và được ở gần bên Chúa. Vậy nên trong Lu-ca 23:43, Chúa Jêsus phán, *"Quả thật, ta nói cùng ngươi, hôm nay ngươi sẽ được ở với ta trong nơi Barađi"* đối với một trong hai kẻ cướp, kẻ đã ăn năn và ti nhận Chúa Jêsus làm Cứu Chúa mình đương lúc Chúa Jêsus chịu treo trên thập tự.

Phải chăng Chúa Jêsus đến ngay Barađi sau khi Ngài chịu thập hình? 1 Phi-e-rơ 3:18-19 cho chúng ta biết rằng *"Vì Đấng Christ cũng vì tội lỗi chịu chết một lần, là Đấng công bình thay cho kẻ không công bình, để dẫn chúng ta đến cùng Đức Chúa Trời; về phần xác thịt thì Ngài đã chịu chết, nhưng về phần linh hồn thì được sống. Ấy bởi đồng một linh hồn đó, Ngài đi giảng cho các linh hồn bị tù."* Từ phân đoạn nầy, chúng ta có thể thấy rằng Chúa Jêsus đã giảng phúc âm cho hết thảy những linh hồn sẽ được cứu đang chờ đợi ở Thượng Tầng Âm Phủ.

Tôi sẽ nói rõ hơn về điều nầy trong chương 2.

Chúa Jêsus, Đấng đã giảng phúc âm trong ba ngày tại Thượng Tầng Âm Phủ, mang những linh hồn được cứu về Barađi khi Ngài sống lại và thăng thiên về trời. Ngày nay, Chúa Jêsus đang chuẩn bị chúng ta một nơi ở trên thiên đàng như chính Ngài đã nói *"Ta đi sắm sẵn cho các ngươi một chỗ"* (Giăng 14:2).

Barađi trong thời Tân Ước

Sau khi Chúa Jêsus mở rộng cánh cửa cứu rỗi, những linh hồn được cứu không còn ở nơi Thượng Tầng Âm Phủ nữa. Họ ở những vùng ngoại ô của Barađi, Quảng Trường chờ đợi để vào thiên đàng cho đến cuối kỳ trưởng dưỡng nhân loại. Và sau sự Phán Xét trước Ngai Trắng và Lớn, mỗi một người trong họ sẽ đi về nơi ở của mình trong thiên đàng tùy theo lượng đức tin của họ và sẽ sống đời đời ở đó.

Trong thời Tân Ước, hết thảy những linh hồn được cứu đều vào nơi chờ đợi tại Barađi. Một số người có thể phân vân rằng có thể nào Barađi là nơi ở của quá nhiều người vì từ thời Ađam đến nay số người được sinh ra là không sao kể xiết. "Thưa Mục Sư Lee, làm sao Barađi có thể đủ chỗ ở cho quá nhiều người như vậy? Cho dù là một nơi rộng rãi, tôi cũng e rằng không thể nào chứa hết tất cả người ta đến chung sống tại đó."

Hệ mặt trời mà trái đất thuộc về chỉ là một hạt bụi so với hệ ngân hà. Chúng ta có hình dung nổi sự to lớn của hệ ngân hà chăng? Dẫu vậy, hệ ngân hà cũng chỉ là một hạt bụi so với toàn vũ trụ. Vậy chúng ta có thể nào hình dung nổi sự rộng lớn của toàn vũ trụ chăng?

Vả lại, vũ trụ vô cùng rộng lớn mà chúng ta đang sống cũng chỉ là một trong vô số những vũ trụ, và sự mênh mông của toàn vũ trụ là vượt quá sức suy tưởng của chúng ta. Vậy, nếu chúng ta không thể nào đo thấu được sự rộng lớn của vũ trụ hữu hình, thì làm sao chúng ta có thể biết được sự bao la của thiên đàng trong thế giới thuộc linh?

Chính Barađi cũng là nơi rộng lớn vượt quá sức suy tưởng. Có một khoảng cách cực kỳ lớn từ mép của Barađi đến Vương Quốc Thiên Đàng Thứ Nhất. Chúng ta có thể nào hình dung nổi Barađi rộng lớn đến mức nào chăng?

Những linh hồn có được kiến thức thuộc linh tại Barađi

Mặc dù Brađi là nơi chờ đợi để vào thiên đàng, song đây không phải là nơi chật hẹp hay buồn chán, mà là mộ nơi xinh đẹp tuyệt vời đến mức không một nơi nào ở thế gian nầy có thể sánh nổi.

Những linh hồn chờ đợi ở Barađi học biết được những kiến thức thuộc linh từ những nhà tiên tri. Họ được biết về Đức Chúa Trời và thiên đàng, thánh luật, và những hiểu biết thuộc linh cần thiết khác. Sự hiểu biết về thuộc linh là không giới hạn. Việc học ở đây hoàn toàn khác với việc học ở thế gian nầy. Nó chẳng khó khăn cũng không buồn chán. Càng học, họ càng nhận được ơn phước và sự vui mừng.

Những người có tấm lòng nhu mì và trong sáng có thể đạt được rất nhiều kiến thức thuộc linh qua việc trò chuyện với Đức Chúa Trời ngay cả ở đời nầy. Chúng ta cũng có thể được nhiều thứ nhờ sự thần cảm của Đức Thánh Linh khi chúng ta nhìn sự việc bằng mắt thuộc linh của mình. Chúng ta có thể kinh nghiệm được quyền phép thiêng liêng của Đức Chúa Trời ngay cả trên đời nầy vì chúng ta hiểu được những luật lệ thiêng liêng về đức tin và sự Chúa nhậm lời cầu nguyện của chúng ta tùy vào mức độ chúng ta đã cắt bì lòng mình.

Sự vui sướng và hài lòng thật trọn vẹn biết dường bao khi chúng ta học biết và kinh nghiệm được những sự thuộc về thiêng liêng ngay trên đời nầy? Hãy hình dung niềm sung sướng và vui mừng sẽ lớn hơn là dường bao khi chúng ta học biết được sự hiểu biết thuộc linh sâu nhiệm hơn tại Barađi là nơi thuộc về thiên đàng.

Vậy thì, những nhà tiên tri đó sống ở đâu? Phải chăng họ sống ở Barađi? Chẳng phải như vậy. Những linh hồn xứng đáng được vào Giêrusalem Mới không phải chờ đợi nơi Barađi, song họ đang ở Giêrusalem Mới, phụ giúp công việc Chúa tại đó.

Trước khi Chúa Jêsus chịu thập hình, Ápraham có trách nhiệm cai quản Thượng Tầng Âm Phủ. Thế nhưng, sau khi Chúa Jêsus phục sinh và thăng thiên, Ápraham đã đến Giêrusalem Mới vì người đã hoàn thành nhiệm vụ mình tại Thượng Tầng Âm Phủ. Vậy, môise và Êlisê ở đâu trong khi Ápraham đang ở Thượng Tầng Âm Phủ? Họ không ở Barađi song đã ở Giêrusalem Mới vì họ xứng đáng được vào nơi nầy (Ma-thi-ơ 17:1-3).

Thượng Tầng Âm Phủ trong Thời Tân Ước

Chúng ta có lẽ đã nhìn thấy trong một bộ phim nào đó mà linh hồn của một con người giống như hình thể hữu hình của họ lìa khỏi xác sau khi chết hoặc theo thiên sứ từ thiên đàng, hay theo sứ giả từ địa ngục. Trong thực tế, linh hồn được cứu được hai thiên sứ đưa vào nước thiên đàng trong những trang phục màu trắng sau khi linh hồn người vừa lìa khỏi xác trong khoảnh khắc người trút hơi thở cuối cùng. Hễ ai biết được điều nầy sẽ không bị hoảng sợ thậm chí ngay khi linh hồn người lìa khỏi xác lúc lâm chung. Còn người nào chẳng hề biết đến điều nầy sẽ hoảng sợ khi nhìn thấy một người khác giống hệt như mình, lìa khỏi thân xác mình.

Thoạt đầu, một linh hồn lìa khỏi thể xác hữu hình sẽ cảm thấy rất lạ lùng và khó hiểu. Trạng thái của nó rất khác với cái trước đó vì bấy giờ nó kinh nghiệm những sự thay đổi rất lớn, từng sống trong thế giới ba chiều song bấy giờ đang ở trong thế giới bốn chiều.

Linh hồn đã lìa khỏi xác không còn cảm thấy sứ nặng của cơ thể có lẽ sẽ bị cám dỗ bay qua bay lại chung quanh vì người cảm thấy rất nhẹ. Vậy nên đôi khi người ta cần phải học biết về những điều cơ bản để có sự điều chỉnh cho phù hợp với thế giới thuộc linh. Vậy nên, những linh hồn được cứu trong thời Tân Ước ở tình trạng không dứt khoát và cần điều chỉnh lại các thánh luật ở Thượng Tầng Âm Phủ trước khi vào Barađi.

Hạ Tầng Âm Phủ, một Nơi Chờ Dẫn Đến Địa Ngục

Miền cao nhất của địa ngục là Hạ Tầng Âm Phủ. Đi sâu hơn vào địa ngục, sẽ có hồ lửa, hồ diêm sinh cháy bừng, và vực sâu, phần thấp nhất trong địa ngục. Những linh hồn không được cứu từ buổi sáng thế không phải ở địa ngục mà là Hạ Tầng Âm Phủ.

Nhiều người nói rằng họ đã từng đến địa ngục. Tôi có thể tin chắc rằng họ thật ra chỉ nhìn thấy cảnh khối ải ở Hạ Tầng Âm Phủ. Vì những linh hồn không được cứu bị giam giữ tại nhiều nơi khác nhau ở Hạ Tầng Âm Phủ tùy theo tình nghiêm trọng của tội lỗi và những sự ác mà họ đã phạm, rốt cuộc họ sẽ bị ném xuống hồ lửa hoặc hồ diêm sinh cháy bừng sau sự Phán

Xét trước Ngai Trắng và Lớn.

Nỗi khốn khổ của những linh hồn không được cứu ở Hạ Tầng Âm Phủ

Trong Lu-ca 16:24, sự khốn khổ giáng trên người giàu không được cứu ở Hạ Tầng Âm Phủ được mô tả rất rõ. Trong con đau đớn, người giàu kêu xin một giọt nước mà rằng, *"Hỡi Ápraham tổ tôi, xin thương lấy tôi, sai Laxarơ nhúng đầu ngón tay vào nước đặng làm cho mát lưỡi tôi, vì tôi bị khổ trong lửa nầy quá đỗi."*

Làm sao những linh hồn ở địa ngục không thấy khiếp sợ và run rẩy trong nỗi kinh hoàng khi họ liên tục bị hình khổ trong giữa những tiếng kêu khóc trong đau đớn của những người khác trong lửa tàn hại ở địa ngục mà muốn chết cũng chẳng được, nơi mà sâu bọ chẳng hề chết, và lửa chẳng hề tắt?

Những sứ giả hung ác của địa ngục hành hạ những linh hồn trong bóng tối như mực ở Hạ Tầng Âm Phủ. Mùi máu trùm lên cả vùng, nỗi kinh khiếp và mùi không thể nào chịu nổi phát ra từ sự thối rữa của những xác chết, nên thật khó thở. Dầu vậy, hình phạt ở nơi nầy cũng không thể nào so sánh được với nơi thấp hơn trong địa ngục.

Từ chương 3 trở đi, chúng ta sẽ được biết rõ hơn với những ví dụ cụ thể về sự kinh khủng ở Hạ Tầng Âm Phủ là thế nào và những hình phạt không thể chịu nổi ở hồ lửa và hồ diêm sinh cháy bừng.

Những linh hồn không được cứu rất hối tiếc ở Hạ Tầng Âm Phủ

Trong Lu-ca 16:27-30, người giàu không tin có địa ngục

song khi biết được sự ngu dại của mình bèn hối tiếc trong lửa sau sự chết của mình. Người giàu van xin Ápraham sai Laxarơ đến với các anh em người hầu cho họ khỏi phải sa vào địa ngục.

"Tổ phụ ơi, thế thì xin tổ sai Laxarơ đến nhà con, vì con còn năm anh em, để người làm chứng cho họ, kẻo họ cũng bị xuống nơi khổ hình nầy!" Nhưng Ápraham đáp: "Chúng đã có Môise và các tiên tri của Chúa, hãy để chúng nghe lời họ!" Người giàu cố nài: "Tổ phụ ơi, không phải vậy đâu! Nhưng nếu có người chết sống lại đến nói thì họ mới ăn năn!" Ápraham đáp: "Nếu chúng không chịu nghe Môise và các tiên tri của Chúa, thì dù có người chết sống lại cũng chẳng thuyết phục chúng được đâu!"

Nếu được ban cho một cơ hội để nói chuyện trực tiếp với anh em mình, người giàu ấy sẽ nói gì? Ắt hẳn người sẽ nói rằng, "Tôi đã biết chắc rằng có địa ngục. Xin hãy sống theo lời Chúa hầu cho anh em khỏi sa vào địa ngục, nơi kinh khủng đến sởn tóc gáy."

Thậm chí trong cơn đau đớn và thống khổ tột cùng, người giàu tha thiết ao ước cứu anh em người thoát khỏi địa ngục, chẳng có gì phải nghi ngờ về tấm lòng nhân đức của người. Còn con người ngày nay thì sao?

Có lần Chúa tỏ cho tôi biết về một cặp vợ chồng bị hình phạt dưới địa ngục vì cớ người đã bỏ Chúa và rời khỏi hội thánh. Trong địa ngục, họ đổ lỗi, chửi rủa, căm ghét nhau, họ thậm chí còn muốn sự đau đớn nặng nề hơn giáng lên người kia.

Người giàu muốn anh em mình được cứu vì trong lòng người vẫn còn có điều thiện lành. Tuy vậy, chúng ta hãy biết rằng người ấy vẫn phải bị ném xuống địa ngục. Chúng ta cũng phải nhớ rằng mình không thể được cứu bằng cách nói rằng "tôi tin."

Theo như đã định, con người phải chịu chết, sau đó họ sẽ đi vào thiên đàng hoặc địa ngục. Bởi vậy, chúng ta chớ ngu dại, song hãy trở thành một tín nhân đúng đắn.

Người khôn ngoan chuẩn bị mình cho cuộc sống đời sau

Những người khôn ngoan hết lòng chuẩn bị mình cho cuộc sống sau khi chết, trong khi đó hầu hết những người khác đều ra công khó nhọc để tìm kiếm và gây dựng cho mình sự tôn trọng, quyền thế, sự giàu có, thành công, và sống lâu trên đời nầy.

Những người khôn ngoan tích trữ của cải mình trên thiên đàng theo sự dạy dỗ của lời Chúa, vì họ biết rằng hết thảy những kẻ giàu có đều không thể mang theo được gì xuống mồ.

Chúng ta có thể đã nghe một số người làm chứng rằng khi đến thăm thiên đàng họ không thể tìm thấy chỗ ở của mình tại đó, mặc dù họ cho rằng mình tin Chúa và có cuộc sống trong Đấng Christ. Chúng ta có thể có một ngôi nhà rộng lớn và xinh đẹp ở thiên đàng nếu chúng ta siêng năng tích trữ của cải mình ở đó trong khi chúng ta sống theo gương Chúa Jêsus khi còn ở đất nầy!

Chúng ta thật khôn ngoan và phước hạnh vì chúng ta đã tranh chiến nhằm gìn giữ một đức tin vững chắc để vào được nước thiên đàng xinh đẹp, và bởi đức tin chúng ta đã tích trữ phần thưởng cho mình ở thiên đàng, chuẩn bị mình như một tân nương xinh đẹp của Chúa là Đấng sẽ sớm trở lại.

Một khi người ta chết, thì không thể sống lại lần nữa. Do vậy, hãy có đức tin và biết chắc rằng thiên đàng và địa ngục là có thật. Vả lại, hãy biết rằng những linh hồn không được cứu phải bị khốn khổ tột cùng ở địa ngục, chúng ta phải nói về thiên đàng và địa ngục cho mọi người khi chúng ta có dịp gặp gỡ họ ở đời nầy!

Những ai rao giảng tình yêu của Đức Chúa Trời, là những người muốn dẫn dắt mọi người đến với con đường cứu rỗi, đều sẽ được phước ở đời nầy và cũng sẽ chiếu sáng như mặt trời nơi thiên quốc.

Tôi hy vọng rằng hết thảy chúng ta đều sẽ tin vào Đức Chúa Trời hằng sống là Đấng phán xét và ban thưởng cho mình, để chúng ta cố gắng trở thành con cái đích thực của Ngài. Trong danh Chúa, tôi cầu nguyện rằng chúng ta sẽ đưa dẫn thật nhiều trở lại tin Chúa để nhận lấy sự cứu rỗi, và làm hài lòng Chúa thật nhiều.

Chương 2

Con Đường Cứu Rỗi Cho Những Ai Chưa Từng Được Nghe Phúc Âm

Sự Phán Xét Của Lương Tâm
Những Thai Nhi từ Việc Phá Thai và Sẩy Thai
Trẻ Em Mới Chào Đời Đến Năm Tuổi
Trẻ Em Từ Sáu Đến Trước Tuổi Mười Ba
Ađam và Êva Có Được Cứu Chăng?
Điều Gì Xảy Đến với Kẻ Giết Người Đầu Tiên Cain?

"Vả, dân ngoại vốn không có luật pháp,
khi họ tự nhiên làm những việc luật pháp dạy biểu,
thì những người ấy dầu không có luật pháp,
cũng tự nên luật pháp cho mình.
Họ tỏ ra rằng việc mà luật pháp dạy biểu đã ghi trong lòng họ:
Chính lương tâm mình làm chứng cho luật pháp,
còn ý tưởng mình khi thì cáo giác mình, khi thì binh vực mình."
(Rô-ma 2:14-15)

"Đức Giê-hô-va phán rằng: Bởi cớ ấy, nếu ai giết Ca-in,
thì sẽ bị báo thù bảy lần. Đức Giê-hô-va bèn đánh dấu trên
mình Ca-in, hầu cho ai gặp Ca-in thì chẳng giết."
(Sáng Thế 4:15)

Đức Chúa Trời đã bày tỏ tình yêu của Ngài đối với chúng ta qua việc đã phó Con một của Ngài là Chúa Jêsus Christ chịu thập hình vì sự cứu rỗi cho toàn nhân loại.

Bố mẹ yêu thương con cái bé mọn mình, song họ muốn con cái mình trưởng thành để hiểu tấm lòng của họ để cùng nhau chia sẻ vui buồn.

Cũng vậy, Đức Chúa Trời muốn hết thảy mọi người đều được cứu. Hơn nữa Ngài còn muốn con cái mình trưởng thành trong đức tin để hiểu được tấm lòng của Ngài và cùng nhau chia sẻ tình yêu sâu nhiệm. Vì vậy sứ đồ Phaolô có chép trong 1 Ti-mô-thê 2:4 rằng Đức Chúa Trời muốn hết thảy mọi người đều được cứu và hiểu biết lẽ thật.

Chúng ta nên biết rằng Đức Chúa Trời muốn chúng ta biết tường tận về địa ngục và những việc thiêng liêng, vì bởi tình yêu Ngài Ngài muốn hết thảy loài người đều được cứu và trưởng thành trong đức tin.

Ở chương nầy, chúng ta sẽ phân tích cụ thể về trường hợp của những người đã qua đời mà chưa từng được nghe về Chúa Jêsus Christ có được cứu chăng.

Sự Phán Xét Lương Tâm

Nhiều người tuy không tin Chúa, song tối thiểu họ cũng biết có thiên đàng và địa ngục. Dẫu vậy, họ chẳng thể nhờ sự hiểu biết đơn giản nầy mà được vào thiên đàng.

Như Chúa Jêsus phán cùng chúng ta trong Giăng 14:6, *"Ta là con đường, là lẽ thật, và sự sống, chẳng bởi ta thì không ai được đến cùng Cha,"* chúng ta chỉ được cứu và vào nước thiên đàng qua Chúa Jêsus Christ.

Vậy, làm thế nào để chúng ta được cứu? Trong Rô-ma 10:9-10, Phaolô tỏ cho chúng ta biết một con đường chắc chắn của sự cứu rỗi:

Vậy nếu miệng ngươi xưng Đức Chúa Jêsus ra và lòng ngươi tin rằng Đức Chúa Trời đã khiến Ngài từ kẻ chết sống lại, thì ngươi sẽ được cứu. Vì tin bởi trong lòng mà được sự công bình, còn bởi miệng làm chứng mà được sự cứu rỗi.

Chúng ta hãy giả sử rằng có một số người vì chẳng hề biết đến Chúa Jêsus Christ nên cũng chẳng thể xưng nhận Ngài làm "Chúa của mình." Và trong lòng họ cũng chẳng hề tin Ngài. Vậy, có thật chăng không một ai trong họ có thể được cứu?

Có rất nhiều người đã trải qua cuộc đời mình trước khi Chúa Jêsus đến thế gian nầy. Ngay cả trong thời Tân Ước, có rất nhiều người qua đời mà chẳng có lần được biết đến phúc âm. Những người đó có thể được cứu không?

Số phận của những người chết quá sớm đến mức họ chưa đủ trưởng thành hay khôn ngoan để nhận biết về đức tin sẽ ra sao? Số phận của những thai nhi bị chết vì phá thai hoặc sẩy thai thì sao? Họ có phải xuống địa ngục một cách vô điều kiện vì cớ họ không tin Chúa Jêsus Christ không? Chẳng hề như vậy.

Đức Chúa Trời của tình yêu thương mở cánh cửa cứu rỗi cho mọi người trong sự công chính của Ngài qua "sự phán xét của lương tâm."

Những kẻ tìm kiếm Chúa và sống với tấm lòng nhân từ

Rô-ma 1:20 dạy rằng *"Bởi những sự trọn lành của Ngài mắt không thấy được, tức là quyền phép đời đời và bổn tánh*

Ngài, thì từ buổi sáng thế vẫn sờ sờ như mắt xem thấy, khi người ta xem xét các công việc của Ngài. Cho nên họ không thể chữa mình được." Bởi vậy những người có lương tâm nhân lành tin có Đức Chúa Trời qua công việc của Ngài.

Truyền Đạo 3:11 cho chúng ta biết rằng Đức Chúa Trời đặt để sự đời đời nơi lòng loài người. Vì vậy những người có lương tâm nhân lành tìm kiếm Chúa theo bản năng và lờ mờ tin rằng có cuộc sống sau khi chết. Những người nhân lành rất sợ địa ngục, họ cố gắng sống nhân đức và chính trực cho dù chưa chưa từng được nghe về phúc âm. Bởi vậy, ở một khía cạnh nào đó, họ sống theo ý muốn của các thần mình. Giá như họ có cơ hội được biết đến phúc âm, ắt hẳn họ đã tin nhận Chúa và được vào thiên đàng.

Vì chính lý do nầy, Đức Chúa Trời đã để cho những linh hồn nhân từ ở nơi Thượng Tầng Âm Phủ là con đường dẫn họ đến thiên đàng cho đến khi Chúa Jêsus chịu chết trên thập tự. Sau sự kiện nầy, Đức Chúa Trời đưa họ đến với sự cứu rỗi qua huyết của Chúa Jêsus bằng cách cho họ nghe về phúc âm.

Nghe phúc âm ở Thượng Tầng Âm Phủ

Kinh Thánh cho chúng ta biết rằng Chúa Jêsus đã giảng phúc âm ở Thượng Tầng Âm Phủ sau khi Ngài chịu chết trên thập tự.

Như trong 1 Phi-e-rơ 3:18-19 có ghi nhận rằng, *"Vì Chúa Cứu Thế đã chịu chết cho tội lỗi một lần đầy đủ cả, Đấng công chính cho người không công chính, để dẫn chúng ta đến cùng Đức Chúa Trời; về phần xác thịt thì Ngài đã chịu chết, nhưng về phần linh hồn thì được sống. Bởi đồng một linh hồn đó, Ngài đi giảng cho các linh hồn bị tù,"* Chúa Jêsus giảng phúc âm cho những linh hồn ở Thượng Tầng Âm Phủ hầu cho họ cũng được cứu bởi huyết Ngài.

Qua việc nghe phúc âm, những người cả đời chưa có dịp được biết đến nó cuối cùng cũng có cơ hội được biết về Chúa Jêsus Christ và được cứu.

Ngoài danh Chúa Jêsus Christ, Đức Chúa Trời không ban cho loài người một danh nào khác để nhờ đó mà được cứu (Công Vụ 4:12). Thậm chí trong thời Tân Ước, những người chưa có cơ hội được nghe phúc âm cũng sẽ được cứu qua sự phán xét của lương tâm. Họ đến ở tại Thượng Tầng Âm Phủ trong ba ngày để nghe phúc âm để sau đó sẽ được đưa vào thiên đàng.

Những kẻ có lương tâm xấu xa chẳng hề tìm kiếm Đức Chúa Trời và sống trong tội lỗi, nuông chiều tư dục mình. Thậm chí có được nghe phúc âm chúng cũng chẳng tin. Sau khi chết, chúng sẽ bị đưa xuống Hạ Tầng Âm Phủ để chịu hình phạt và cuối cùng thì sa vào địa ngục sau sự phán xét trước Ngai Trắng và Lớn.

Sự phán xét của lương tâm

Con người bình thường không thể nào hiểu được tấm lòng của nhau, do đó việc người nầy đánh giá chính xác lương tâm của người khác là điều không thể. Song Đức Chúa Trời toàn năng có thể biết rõ tấm lòng của từng người và đưa ra phán xét công bằng.

Rô-ma 2:14-15 nói về sự phán xét của lương tâm. Những người nhân từ biết được điều ác và điều thiện vì lương tâm cho họ biết những điều về luật pháp.

Vì dân ngoại vốn không có kinh luật, khi họ tự nhiên làm những điều kinh luật dạy biểu, dù không có kinh luật thì đó cũng là kinh luật cho họ rồi. Họ tỏ ra rằng việc mà kinh luật dạy đã ghi trong lòng mình; chính lương tâm họ cũng chứng thực điều đó, còn ý tưởng khi thì cáo giác, khi thì bênh vực mình.

Do đó, những người nhân lành không theo con đường ác mà theo con đường thiện trong cuộc đời mình. Nhờ đó, theo sự phán xét của lương tâm, họ được ở nơi Thượng Tầng Âm Phủ trong ba ngày, ấy là khi họ được nghe phúc âm và được cứu.

Chúng ta có thể kể đến một người có tên Đô Đốc Soonshin Lee* như một tấm gương nhân lành bởi thiện tâm của người (*Ghi chú của Biên tập viên: Đô Đốc Lee là một chỉ huy cấp cao trong lực lượng hải quân Chosun Dynasty tại Hàn Quốc vào thế kỷ 16). Đô Đốc Lee đã sống trong sự ngay thật mặc ông chưa biết Chúa Jêsus Christ. Ông luôn trung thành với vua, quê hương mình, và những con người mà ông đang bảo vệ. Ông tử tế và trung thành với cha mẹ, thương yêu anh em. Ông không bao giờ đặt lợi ích của mình lên trên người khác, không mưu tìm danh lợi, quyền thế, hay phú quý cho riêng mình. Ông chỉ phục vụ và hy sinh bản thân cho những người lân cận và nhân dân mình.

Chúng ta chẳng thể tìm thấy một điều ác nào ở con người ấy. Đô Đốc Lee bị đày ải vì sự buộc tội sai trật, thế nhưng ông chẳng hề than phiền hay có ý định trả thù kẻ gây ra oan trái cho mình. Ông không oán trách vua cho dù bị người truyền lịnh lưu đày, đưa ông vào một cuộc chiến. Dẫu vậy, ông đã hết lòng biết ơn vua, chỉnh trang quân ngũ và sẵn lên đường tham chiến bất chấp đến việc hy sinh tính mạng mình. Vả lại, ông vẫn thường để thì giờ cầu nguyện với thần của mình vì ông đã nhận biết được sự hiện diện của đấng ấy. Vì những lý cớ gì Đức Chúa Trời sẽ không cho người nầy vào nước thiên đàng?

Những kẻ bị loại bỏ bởi sự phán xét của lương tâm

Phải chăng những người đã được nghe phúc âm song chẳng chịu tin vào Đức Chúa Trời có thể dựa vào sự phán xét của lương tâm không?

Những người nhà của chúng ta cũng không thể nào được theo luật phán xét của lương tâm nếu họ không tin nhận phúc âm nagy cả khi chúng ta trực tiếp nói cho họ biết. Ấy là sự công bình đối với họ khi họ chẳng được cứu vì đã chối bỏ phúc âm mặc dù đã có nhiều cơ hội để nghe về sự đó.

Tuy nhiên, chúng ta hãy siêng năng rao giảng tin lành cho mọi người mặc dù họ là những xấu xa đáng đi địa ngục, chúng ta hãy cho họ nhiều cơ hội để đến với sự cứu rỗi qua công việc của mình.

Mỗi một con cái Chúa đều là những kẻ mắc nợ phúc âm và phải có trách nhiệm rao giảng sự đó. Vào Ngày Phán Xét, Đức Chúa Trời sẽ hỏi tội nếu chúng ta không hề giảng phúc âm cho gia đình mình, trong đó có bố mẹ, anh chị em, và những người họ hàng. "Tại sao ngươi không giảng phúc âm cho bố mẹ và anh chị em mình?" "Tại sao ngươi không giảng phúc âm cho con cái mình?" "Tại sao ngươi không giảng phúc âm cho bạn bè mình?"

Thế thì chúng ta hãy siêng năng bền đổ rao giảng tin lành cho mọi người nếu chúng ta thật sự hiểu được tình yêu của Đức Chúa Trời là Đấng đã không tiếc Con Một mà đã phó Con ấy cho chúng ta, và nếu chúng ta đã hiểu được tình yêu của Chúa là Đấng đã chịu chết trên thập tự vì cớ chúng ta.

Cứu rỗi linh hồn chính là cách mà chúng ta làm thỏa cơn khát của Chúa, vì khi chịu chết trên thập tự Ngài kêu rằng, "Ta khát," và cũng để đến đáp lại giá huyết của Ngài.

Những Thai Nhi từ Việc Phá Thai và Sẩy Thai

Những thai nhi bị chết trước lúc chào đời vì bị sẩy thai sẽ chịu số phận nào? Sau cái chết của thể xác, linh hồn con người sẽ chịu đoán định để đi vào thiên đàng hay xuống địa ngục vì linh hồn của con người, cho dù còn rất trẻ, cũng không thể phá diệt được.

Linh hồn được ban cho thai nhi sau năm tháng tuổi

Khi nào thì một bào thai được ban cho linh hồn? Cho đến tháng thứ sáu của thai kỳ, thì bào thai sẽ được ban cho một linh hồn.

Theo y học, sau năm tháng kể từ ngày thụ thai, bào thai bắt đầu phát triển các cơ quan thính giác, thị giác và mi mắt. Các thùy não kích hoạt chức năng của não bộ cũng được hình thành từ tháng thứ năm đến tháng thứ sáu kể từ ngày thụ thai.

Khi bào thai được sáu tháng tuổi, thì nó được ban cho một linh hồn, và nó hầu như đã có hình dạng của một con người. Trước khi được ban cho một linh hồn, thì bào thai ấy sẽ như một con vật nên chẳng vào thiên đàng hoặc xuống địa ngục khi nó bị sẩy thai.

Truyền Đạo 3:21 nói rằng, *"Nào ai biết hoặc hồn của loài người thăng lên, hoặc hồn của loài thú sa xuống đất?"* "Hồn của loài người" ở đây ngụ ý nói đến những gì kết hợp với thần của con người mà Đức Chúa Trời đã ban cho và khiến cho con người tìm kiếm Đức Chúa Trời và hồn của người làm cho họ suy nghĩ và vâng theo lời Chúa, trong khi "hồn của loài thú" ấy là một hệ thống khiến chúng suy nghĩ và hành động.

Khi một con vật chết thì nó chẳng còn nữa vì nó chỉ có hồn chứ không có thần linh. Một bào thai chưa đầy năm tháng tuổi trong thai kỳ thì chưa có thần linh. Do đó, nếu chết, nó sẽ chẳng còn gì như cách của một con vật.

Phá thai là một trọng tội như giết người

Vậy, việc phá một bào thai chưa đầy năm tháng tuổi thì có phạm tội không vì nó chưa có linh hồn? Chúng ta chớ nên phạm tội phá thai, không kể đến thời điểm khi nó được ban linh hồn hay chưa, hãy nhớ rằng chỉ có Đức Chúa Trời mới có quyền trên sự sống của loài người.

Trong Thi Thiên 139:15-16, trước giả có chép rằng, *"Xương cốt tôi không giấu được Chúa, Khi tôi được tạo nên trong nơi bí ẩn; được kết thành một cách tinh vi ở nơi sâu của đất. Mắt Chúa thấy thể chất vô hình của tôi; Số các ngày định cho tôi, đã biên vào sổ Chúa trước khi chưa có một ngày trong các ngày ấy."*

Trước khi chúng ta được hình thành trong bụng mẹ, Đức Chúa Trời của tình yêu đã biết rõ mỗi một chúng ta rồi và Ngài cũng có sẵn một kế hoạch kỳ diệu cho mỗi chúng ta như những gì đã biên trong sổ Ngài. Vậy nên con người chỉ là một tạo vật của Đức Chúa Trời, không thể nắm quyền quyết định trên sự sống của một bào thai, cho dù nó chưa đầy năm tháng tuổi. Việc phá thai là đồng tội với giết người vì làm vậy là xâm phạm đến thẩm quyền của Đức Chúa Trời là Đấng cầm quyền trên sự sống, sự chết, ban ơn và giáng họa. Và lại, làm sao chúng ta dám khẳng định điều nầy không phải là một tội trọng khi người ta giết hại con trai hoặc con gái của mình?

Sự trừng phạt của tội lỗi và những thử thách xảy đến

Dưới bất kỳ hoàn cảnh hay khó khăn như thế nào, chúng ta cũng không được xâm phạm đến quyền tối cao của Đức Chúa

Trời trên sự sống của con người. Vả lại, việc phá thai loại bỏ con mình để mưu tìm sự sung sướng chẳng hề là một việc làm đúng đắn. Phải biết rằng chúng ta sẽ gặt lấy những gì mình gây ra, và phải trả giá cho những gì mình đã làm.

Lại càng nghiêm trọng hơn nếu chúng ta phá bỏ một bào thai sau sáu tháng tuổi hoặc hơn trong thai thai kỳ. Điều nầy cũng giống như sát hại một người trưởng thành vì nó đã được Chúa ban cho linh hồn.

Việc phá thai tạo nên một bức tường tội lỗi to lớn ngăn cách giữa chúng ta với Đức Chúa Trời. Để rồi chúng ta phải chịu đau đớn sinh ra từ nhiều thử thách và nan đề. Dần dần, chúng ta trở nên xa lạ với Chúa vì cớ bức tường tội lỗi. Nếu không giải quyết được nan đề tội lỗi, rốt cuộc chúng ta có thể đã đi quá xa đến mức không quay trở lại được.

Ngay cả những kẻ không tin Chúa cũng sẽ bị trừng phạt và mọi nthứ gian nan thử thách và khốn khó sẽ giáng xuống trên họ nếu họ phạm tội phá thai vì ấy là tội giết người. Thử thách và khốn khó luôn theo họ vì Đức Chúa Trời không còn để mắt đến họ và cũng không còn bảo vệ họ nữa nếu họ không chịu phá đổ bức tường tội lỗi.

Hãy hết lòng ăn năn tội lỗi mình và phá đổ bức tường nầy

Đức Chúa Trời phán rằng cùng loài người người rằng, chớ đoán xét nhau nhưng hãy bày tỏ ý muốn của Ngài, hướng dẫn họ ăn năn để được cứu rỗi.

Đức Chúa Trời cho chúng ta hiểu những điều có liên quan đến việc phá thai hầu cho chúng ta không phạm đến tội nầy và có thể ăn năn những tội đã phạm để phá đổ bức tường tội lỗi.

Nếu trong quá khứ chúng ta đã từng phá bỏ con mình đương khi còn tron bụng mẹ, hãy hết lòng ăn năn và phá đổ bức tường tội lỗi qua việc tạ tội với Chúa. Bấy giờ những gian nan và thử thách sẽ qua đi vì Chúa sẽ không còn nhớ đến tội lỗi của chúng ta nữa.

Tính nghiêm trọng của tội phá thai cũng khác nhau tùy từng trường hợp. Mang thai trong trường hợp bị cưỡng hiếp, thì tội phá thai tương đối nhẹ. Nếu một cặp vợ chồng phá thai vì mang thai không như ý muốn, tội của họ sẽ nghiêm trọng hơn.

Chúng ta nên phó thác đứa con trong bụng mình cho Chúa qua sự cầu nguyện nếu vì những lý do nào đó khiến chúng ta không muốn có con, song nếu lời cầu nguyện đó không được nhậm, thì chúng ta phải sinh con đó.

Hầu hết trẻ bị phá thai đều được cứu, song có những trường hợp ngoại lệ

Sáu tháng sau khi được thụ thai, mặc dù được ban cho linh hồn song bào thai không thể tự nghĩ, hiểu, hoặc một điều gì đó theo ý muốn riêng của mình. Vậy nên Đức Chúa Trời cứu hầu hết các thai nhi bị chết trong giai đoạn nầy không kể đến đức tin của chúng hay của bố mẹ.

Hãy nhớ rằng "hầu hết" chứ không phải "tất cả" các bào thai đều được cứu vì có một số ít trường hợp, bào thai có thể không được cứu.

Bào thai có thể thừa kế bản tính độc ác ngay lúc nó được thụ thai nếu bố mẹ hoặc tổ phụ nó phạm trọng tội nghịch lại Đức Chúa Trời và tội ác chồng chất. Trường hợp nầy, bào thai không được cứu.

Ví dụ, đó có thể là con của phù thủy, hay con của những kẻ độc ác là những những kẻ chỉ biết nguyền rủa và làm điều ác cho người khác như Hee-bin Jang* trong lịch sử Hàn Quốc (Jang là vợ thiếp của vua Sook-jong vào cuối thế kỷ 17th, người nầy đã vì lòng ghen tị mà nguyền rủa Hoàng Hậu). Bà đã dùng những mũi tên nhọn để đâm vào hình của tình địch. Con cái của những kẻ độc ác như vậy không thể được cứu vì chúng thừa kế bản tính độc ác của cha mẹ mình.

Cũng có lắm kẻ rất độc ác trong số "những kẻ tin". Những người nầy chống lại, suy nghĩ sai lệch, đoán xét, và cản trở công việc của Đức Thánh Linh. Họ đem lòng ghen tị mà tìm cách giết hại kẻ nào tôn vinh Đức Chúa Trời. Nếu con cái những kẻ nầy bị sẩy thai, chúng không thể được cứu.

Ngoài những trường hợp ít ỏi nầy, hầu hết các thai nhi đều được cứu. Tuy nhiên, chúng không được vào thiên đàng, thậm chí cũng không được vào Barađi vì chúng chưa hề được nuôi dưỡng trên đất. Chúng sống ở Thượng Tầng Âm Phủ ngay cả sau kỳ Phán Xét Trước Ngai Trắng và Lớn xảy ra.

Nơi ở đời đời dành cho những thai nhi

Các thai nhi sáu tháng hoặc sau sáu tháng bị sẩy vào ở nơi Thượng Tầng Âm Phủ giống như những tờ giấy trắng vì chúng chưa được nuôi dưỡng trên đất. Do đó, chúng sẽ ở nơi Thượng Tầng Âm Phủ và sẽ được mặc lấy hình thể phù hợp với linh hồn của mình lúc được sống lại.

Chúng sẽ được mặc lấy hình thể sẽ biến đổi và phát triển không giống những người được cứu đã mặc lấy vĩnh hằng thuộc về trời. Do đó, mặc dù ban đầu chúng có hình hài ấu nhi, chúng sẽ phát triển để đạt đến trạng thái phù hợp.

Những con trẻ nầy, thậm chí sau khi lớn lên, vẫn cứ ở Thượng Tầng Âm Phủ, đổ đầy linh hồn chúng với sự hiểu biết lẽ thật. Chúng ta có thể hiểu điều nầy dễ dàng hơn khi nghĩ đến tình trạng ban đầu của Ađam trong vườn Êđen và tiến trình tiếp thu kiến thức của người.

Ađam được tạo thành bởi linh, hồn và thể xác khi người được tạo nên. Song, thân thể của người khác với hình thể thuộc về trời, hình thể được sống lại, hồn ông như một đứa trẻ mới sinh chẳng biết gì. Do đó Đức Chúa Trời đã ban cho Ađam một tinh thần hiểu biết, đồng đi với người trong một thời gian khá lâu.

Chúng ta nên biết rằng tại Vườn Êđen Ađam được tạo ra chẳng hề có sự độc ác nào, song những linh hồn ở Thượng Tầng Âm Phủ đều không thiện lành như Ađam đã từng, vì chúng đã kế thừa bản tính tội lỗi từ bố mẹ là những người đã trải qua công cuộc trưởng dưỡng nhân loại trong nhiều thế hệ.

Kể từ khi Ađam bị sa ngã, hết thảy hậu tự của người về sau đã kế thừa nguyên tội từ tổ phụ mình.

Trẻ Em Mới Chào Đời Đến Năm Tuổi

Làm thế nào để con trẻ mới sinh đến tuổi, những kẻ chưa biết phân biệt tốt xấu, chưa biết đến đức tin, có thể được cứu? Sự cứu rỗi của những con trẻ ở độ tuổi nầy là dựa vào đức tin của cha mẹ chúng – đặc biệt là của người mẹ.

Nếu cha mẹ của con trẻ có đức tin và được cứu và nuôi dưỡng con mình trong đức tin, thì con trẻ ấy sẽ được cứu (1 Cô-rinh-tô 7:14). Tuy nhiên chẳng phải vì bố mẹ của con trẻ không có đức tin mà chúng không thể được cứu một cách vô điều kiện.

Một lần nữa, chúng ta có thể kinh nghiệm được tình yêu của Đức Chúa Trời. Sáng Thế 25 cho chúng ta thấy rằng Ngài biết trước Giacốp sẽ trội hơn anh mình là Êsau khi chúng lần nhau trong bụng mẹ. Đức Chúa Trời toàn tri đưa hết thảy các con trẻ chết trước năm tuổi đến với sự cứu rỗi theo sự phán xét của lương tâm. Điều nầy là phải lẽ vì Đức Chúa Trời biết các con trẻ ấy sẽ tin nhận Chúa hay không nếu như chúng được sống qua những năm tháng ấy, khi về sau trong cuộc đời chúng được nghe đến phúc âm.

Dẫu vậy, con trẻ của những cha mẹ chẳng tin và cũng không thể qua được sự đoán xét của lương tâm thì không thể tránh khỏi sa vào Hạ Tầng Âm Phủ là nơi thuộc về địa ngục và phải chịu hình phạt tại đây.

Sự phán xét lương tâm và đức tin của cha mẹ chúng

Sự cứu rỗi của con trẻ phần lớn tùy thuộc đức tin của cha mẹ chúng. Do vậy, cha mẹ phải nuôi dạy con cái mình theo ý muốn của Đức Chúa Trời hầu cho chúng không chịu số phận ở địa ngục.

Cách đây khá lâu, có một cặp vợ chồng hiếm muộn nọ sinh con bởi sự ước nguyện cùng Chúa. Song, đứa bé ấy đã bị chết trước tuổi trưởng thành trong một vụ tai nạn giao thông.

Trong sự cầu nguyện, tôi nhận biết được lý cớ sự chết của đứa bé. Ấy là tại đức tin của cha mẹ nó đã trở nên nguội lạnh và xa cách Chúa. Đứa trẻ ấy đã không thể đến với trường mẫu giáo thuộc về chi nhánh của hội thánh vì cớ cha mẹ chúng miệt mài trong đường lối của thế gian. Cho nên, đứa trẻ bắt đầu ca hát những bài ca thế gian thay vì những bài hát ca ngợi Đức Chúa Trời.

Lúc bấy giờ, đứa trẻ ấy có đức tin để đượcr cứu rỗi, song nó sẽ bị mất sự cứu rỗi nếu tiếp tục lớn lên dưới sự ảnh hưởng của cha mẹ mình. Trong tình cảnh nầy, Đức Chúa Trời, qua tai nạn giao thông, đã gọi đứa trẻ ấy đến với sự sống vĩnh hằng và trao cho cha mẹ nó một cơ hội để ăn năn. Ví như họ đã ăn năn và trở lại với Chúa khi chưa nhìn thấy con mình chết thảm như vậy, thì Ngài đã không sử dụng biện pháp đó.

Trách nhiệm của cha mẹ đối với việc phát triển tâm linh của con trẻ

Đức tin của cha mẹ ảnh hưởng trực tiếp lên sự cứu rỗi của con cái họ. Đức tin của con trẻ sẽ không thể trưởng thành được nếu cha mẹ chúng không quan tâm đến sự trưởng thành thuộc linh của con cái mình chỉ bỏ mặc chúng cho Trường Chúa Nhật.

Cha mẹ phải cầu nguyện cho con cái mình, xem xét để biết chúng luôn nthờ phượng bằng tâm linh và tấm lòng chân thật, qua việc làm gương tốt để dạy chúng có một đời sống cầu nguyện tại nhà.

Tôi khích lệ hết thảy các bậc cha mẹ hãy tỉnh táo trong đức tin và nuôi dạy con cái yêu dấu mình trong Chúa. Tôi cầu nguyện hầu cho gia đình của mỗi chúng ta đều được cùng nhau vui hưởng cuộc sống đời đời ở thiên đàng.

Trẻ Em Từ Sáu Đến Trước Tuổi Mười Ba

Con trẻ từ sáu đến trước tuổi mười ba – độ tuổi mười hai có thể được cứu như thế nào?

Con trẻ ở độ tuổi nầy có thể hiểu phúc âm khi chúng nghe và cũng có thể quyết định tin vào điều gì theo ý muốn và suy nghĩ riêng của mình, tuy không trọn vẹn song ít nhất cũng ở một mức độ nhất định nào đó.

Độ tuổi của con trẻ được xác định ở đây có thể khác nhau ít nhiều tùy theo trường hợp vì mỗi em được sinh ra, lớn lên và trưởng thành tại những nơi khác nhau. Nhân tố quan trọng và là điều thông thường ở lứa tuổi nầy, con trẻ có thể tin Chúa bởi ý muốn và suy nghĩ riêng của mình.

Bởi đức tin của chúng không kể đến đức tin của cha mẹ mình

Con trẻ trên sáu tuổi đến tuổi mười hai đã có ý thức để lựa chọn đức tin. Do đó chúng có thể được cứu nhờ đức tin của mình mà không kể đến đức tin của cha mẹ.

Do vậy con cái của chúng ta sẽ không sao tránh khỏi địa ngục nếu chúng ta không nuôi dạy chúng trong đức tin cho dù chúng ta có đức tin mạnh mẽ đến đâu. Có những con trẻ mà cha mẹ chúng là những kẻ chẳng tin. Trong những trường hợp nầy, chúng rất khó nhận được sự cứu rỗi.

Lý do có phân biệt giữa sự cứu rỗi dành cho con trẻ trước và sau tuổi dậy thì là vì bởi tình yêu dư dật của Đức Chúa Trời, sự phán xét của lương tâm có thể được áp dụng cho nhóm trước.

Đức Chúa Trời có thêm một cơ hội nữa cho những con trẻ nầy để chúng có thể được cứu vì con trẻ ở độ tuổi nầy không thể hoàn toàn tự quyết được vấn đề dựa vào ý chí và suy nghĩ riêng của mình vì chúng vẫn còn chịu ảnh hưởng của cha mẹ.

Những con trẻ thiện lành kh có cơ hội nghe phúc âm, chúng liên tiếp nhận Chúa và nhận lãnh Đức Thánh Linh. Chúng cũng tham gia đến hội thánh nhưng không về sau không thể tiếp tục được vì sự bắt bớ ghê gớm từ cha mẹ là những kẻ thờ cúng hình tượng. Dầu vậy, vào độ tuổi trước mười ba, dựa vào ý chí mình, chúng có thể phân biệt được điều đúng và điều sai bắt bất ý muốn của cha mẹ. Nếu thật sự tin vào Đức Chúa Trời, chúng có thể giữ gìn lấy đức tin mà bất chấp sự bắt bớ và chống đối từ phía cha mẹ chúng có thể xảy ra như thế nào.

Ví như có một con trẻ là người sẽ có đức tin lớn nếu được sống lâu hơn, song bị chết trẻ. Vậy điều gì sẽ xảy đến với nó? Đức Chúa Trời sẽ đưa nó đến với sự cứu rỗi bởi luật phán xét của lương tâm vì Ngài biết tận bề sâu của tấm lòng con trẻ ấy.

Song, nếu một con trẻ không tiếp nhận Chúa và chẳng qua được cuộc phán xét của lương tâm, thì con trẻ ấy sẽ chẳng có thêm một cơ hội nào và không thể tránh khỏi địa ngục. Hơn nữa, sự cứu rỗi đối với những kẻ ngoài tuổi dậy thì chỉ phụ thuộc vào đức tin của chúng.

Con trẻ sinh ra trong những môi trường xấu

Sự cứu rỗi của một con trẻ bé mọn là kẻ chưa thể có nhận xét đúng đắn phần lớn phụ thuộc vào tâm linh (bản tính, năng lực hay sự tác động) của cha mẹ và ông bà.

Một con trẻ lúc mới sinh ra có thể đã bị rối loạn tâm trí hoặc bị quỉ ám vì sự độc ác hoặc sự thờ cúng thần tượng của bố mẹ hay ông bà nó. Điều nầy là vì những hậu tự phải sự ảnh hưởng từ cha mẹ và ông bà.

Liên quan đến điều nầy, Phục Truyền 5:9-10 cảnh báo chúng ta như sau:

> *Ngươi chớ quì lạy trước thần tượng đó, và cũng đừng hầu việc chúng nó; vì ta là Giêhôva Đức Chúa Trời ngươi, tức là Đức Chúa Trời kỵ tà, hễ ai ghét ta, ta sẽ nhân tội tổ phụ phạt lại con cháu đến ba bốn đời, và ta sẽ làm ơn ngàn đời cho những kẻ yêu mến ta và giữ các điều răn ta.*

1 Cô-rinh-tô 7:14 cũng cho thấy như vậy *"Bởi vì chồng không tin Chúa, nhờ vợ, được thánh hóa và vợ không tin Chúa, nhờ chông, được thánh hóa. Nếu không phải vậy thì con cái anh chị em bị ô uế nhưng nay đều trở nên thánh khiết."*

Cũng vậy, thật khó để con trẻ được cứu nếu cha mẹ chúng

chẳng sống trong đức tin.

Vì Đức Chúa Trời là tình yêu, Ngài chẳng ngoảnh mặt khỏi những ai kêu đến danh Ngài cho dù sinh ra có thể đã kế thừa bản tính xấu xa và độc ác từ cha mẹ và ông bà. Chúng có thể được đem đến với sự cứu rỗi vì Đức Chúa Trời nhậm lời cầu nguyện khi chúng ăn năn, luôn cố gắng sống theo lời Chúa, và bền bỉ kêu cầu danh Ngài.

Hê-bơ-rơ 11:6 cho chúng ta biết rằng *"Vì không có đức tin, thì chẳng hề có thể nào ở cho đẹp ý Ngài; vì kẻ đến gần Đức Chúa Trời phải tin rằng có Đức Chúa Trời, và Ngài là Đấng hay ban thưởng cho kẻ tìm kiếm Ngài."* Thậm chí người ta sinh ra với bản tính gian ác, Đức Chúa Trời biến đổi con người có bản tính độc ác nầy trở nên con người thiện lành và dẫn dắt họ về với thiên đàng khi họ làm hài lòng Ngài với những việc làm nhân từ và tận hiến trong đức tin.

Những kẻ không thể tự tìm kiếm Đức Chúa Trời

Một số người không thể tự tìm kiếm Chúa bởi đức tin vì có họ bị rối loạn tâm trí hay bị quỉ ám. Vậy, họ nên làm gì?

Trong trường hợp nầy, cha mẹ hay người nhà phải đại diện cho họ mà bày tỏ một đức tin xứng đáng trước mặt Đức Chúa Trời. Bấy giờ Đức Chúa Trời của tình yêu thương sẽ nhìn thấy đức tin và sự chân thật của họ mà cửa cứu rỗi cho.

Các bậc cha mẹ phải chịu trách nhiệm về số phận của con cái mình nếu như con trẻ chết trước khi có được cơ hội để nhận lãnh sự cứu rỗi. Vậy nên, tôi nài khuyên anh chị em hãy hiểu rằng việc sống trong đức tin không những rất quan trọng đối với bản thân các bậc làm cha mẹ mà còn đối với con cái mình nữa.

Chúng ta cũng nên hiểu được tấm lòng của Đức Chúa Trời là Đấng xem một linh hồn được cứu quý hơn cả thế gian. Tôi khích lệ quý ông bà, anh chị em hãy dùng tình yêu thương dư dật và bởi đức tin mà quan tâm đến không những con cái mình mà còn đối với con cái của người lân cận và họ hàng nữa.

Ađam và Êva Có Được Cứu Chăng?

Ađam và Êva bị đuổi đến đất nầy sau khi họ bất tuân và ăn trái của cây biết điều thiện và điều ác, họ chẳng hề được nghe về phúc âm. Vậy, họ có được cứu chăng? Chúng ta hãy xem xét để biết con người đầu tiên là Ađam và Êva có được cứu chăng.

Ađam và Êva bất tuân Đức Chúa Trời

Ban đầu, Đức Chúa Trời tạo dựng nên Ađam và Êva thneo ảnh tượng của Ngài và rất mực yêu thương họ. Đức Chúa Trời sắm sẵn mọi thứ cho cuộc sống sung túc của họ và cho họ đến sống ở Vườn Êđen. Ở đó, Ađam và Êva chẳng thiếu một thứ gì.

Hơn nữa, Đức Chúa Trời đã trao cho Ađam một năng lực và thẩm quyền lớn lao để cai quản trên vạn vật trong vũ trụ. Ađam quản trị mọi loài sống trên đất, trên trời và dưới nước. Kẻ thù là Satan và ma quỉ không thể bước vào Vườn vì nơi đây được canh giữ và bảo vệ dưới quyền chỉ huy của Ađam.

Cùng bước đi với họ, chính Đức Chúa Trời đã cung ân cần dạy bảo họ những hiểu biết thiêng liêng – theo cách mà một người cha sẽ dạy bảo đứa con cái yêu dấu của mình về mọi điều từ A đến Z. Ađam và Êva chẳng hề thiếu một thứ gì, song đã bị con rắn xảo quyệt cám dỗ và hai người đã ăn trái cấm.

Họ đã ném phải sự chết theo như lời Đức Chúa Trời đã phán rằng họ chắc sẽ phải chết (Sáng Thế 2:17). Nói cách khác, tâm linh họ đã chết cho dù họ từng là loài có sinh linh. Dẫn đến việc họ đã bị đuổi khỏi vườn Êđen xinh đẹp đến sống trên đất nầy. Công cuộc trưởng dưỡng nhân loại đã bắt đầu trên đất bị rủa sả và mọi thứ trên nó cũng đồng thời bị rủa sả.

Ađam và Êva có được cứu chăng? Một số người có thể nghĩ rằng họ không thể được cứu vì mọi thứ đều bị rủa sả và hậu tự của họ phải khốn khổ vì cớ sự bất tuân của người. Tuy vậy, Đức Chúa Trời của tình yêu thương đã để cánh cửa cứu rỗi mở rộng cho họ.

Sự ăn năn trọn vẹn của Ađam và Êva

Đức Chúa Trời sẵn lòng tha thứ cho chúng ta miễn sao chúng ta hết lòng ăn năn và trở lại cùng Ngài cho dù chúng ta có hư hoại với đủ thứ nguyên tội và những tội do chính chúng ta gây ra khi trong lúc sống ở thế gian đầy đen tối và độc ác nầy. Đức Chúa Trời tha thứ cho chúng ta miễn sao chúng ta thật lòng ăn năn và trở lại cùng Ngài cho dù chúng ta từng là kẻ giết người.

So với con người ngày nay, chúng ta sẽ thấy rằng Ađam và Êva thật sự có tấm lòng trong trắng và nhân từ. Hơn nữa, chính Đức Chúa Trời đã dạy dỗ họ với tình yêu thương nhân nhậu trong một thời gian dài. Vậy thì Đức Chúa Trời có thể để cho họ sa vào địa ngục mà không tha thứ cho họ một lần một khi họ thành thật ăn năn tự đáy lòng mình?

Ađam và Êva đã phải khốn khổ biết bao trong lúc họ được trưởng dưỡng trên đất nầy. Họ từng sống dư dật trong sự bình an, trong Vườn Êđien được phép ăn mọi thứ trái cây theo ý thích mình; thế rồi bấy giờ họ phải làm lụng đổ mồ hôi mới có cái ăn. Êva phải sinh con với sự đau đớn bội phần. Họ đã đổ nước mắt và khổ sở với nỗi đau do chính tội lỗi mình gây ra. Ađam và Êva cũng chứng kiến một trong những người con trai của mình bị đứa kia giết hại.

Khi phải trải qua sự đau đớn tột cùng trong thế gian nầy, họ đã nhớ đến cuộc sống dưới sự che chở và yêu thương của Đức Chúa Trời trong khi còn ở Vườn Êđen là biết chừng nào? Khi sống trong Vườn, họ không nhận thấy niềm hạnh phúc của mình và chẳng biết ơn Chúa vì họ xem cuộc sống dư dật mà họ có và tình yêu Đức Chúa Trời dành cho họ là điều hiển nhiên.

Dầu vậy, bấy giờ họ có thể hiểu được niềm vui sướng mà họ đã từng có là dường bao rồi họ biết ơn Đức Chúa Trời về tình yêu tràn đầy mà Ngài dành cho họ. Cuối cùng, họ hết lòng ăn năn tội lỗi mình đã từng gây ra.

Đức Chúa Trời đã mở cửa cứu rỗi cho họ

Tiền công của tội lỗi là sự chết, song Đức Chúa Trời là Đấng cầm quyền trên bởi tình yêu và sự công chính sẽ sẵn lòng tha tội miễn sao khi con người trọn lòng ăn năn.

Đức Chúa Trời của tình yêu thương cho phép Ađam và Êva được vào thiên đàng sau khi nhận thấy sự ăn năn của họ. Song, họ chỉ được cứu và đến ở tại Brađi vì Đức Chúa Trời cũng là Đấng công bình. Tội chối bỏ tình yêu lớn lao của Đức Chúa Trời, chẳng phải là tội nhỏ. Ađam và Êva phải chịu trách nhiệm về việc loài người phải chịu trưởng dưỡng cũng như sự thống khổ, đau đớn, và sự chết của nhiều thế hệ vì cớ sự bất tuân của họ.

Thậm chí trong sự trù liệu Đức Chúa Trời đã để cho Ađam và Êva ăn trái của cây biết điều thiện và điều ác, hành vi bất tuân nầy đã mang lại sự khốn khổ và sự chết cho nhiều người. Do vậy, Ađam và Êva không thể vào được nơi ở tốt đẹp trong thiên đàng hơn là vườn Êđen, và họ cũng chẳng nhận được một phần thưởng vinh quang nào.

Đức Chúa Trời hành động bởi tình yêu và sự công chính

Chúng ta hãy suy gẫm về tình yêu và sự công chính của Đức Chúa Trời qua trường hợp của sứ đồ Phaolô.

Sứ đồ Phaolô từng là người đi đầu trong việc bắt bớ và bỏ tù những tín đồ của Chúa Jêsus khi ông chưa có sự hiểu biết đúng đắn về Ngài. Khi Êtiên phải tuẫn đạo đương lúc người làm chứng về Chúa, Phaolô nhìn xem người bị ném đá cho đến chết và nghĩ rằng ấy là điều phải lẽ.

Song, khi gặp gỡ Chúa trên đường đi Đamách thì tin nhận Ngài. Lúc bấy giờ, Chúa bảo cho ông biết rằng người sẽ trở thành một sứ đồ của dân ngoại và phải chịu khổ rất nhiều.

Ông có thể được vào Giêrusalem Mới vì đã thực hiện sứ mạng mình với sự vui mừng, và bởi lòng trung tín mà hy sinh sự sống cho Chúa.

Gặt những gì mình gieo ở thế gian nầy, ấy là một quy luật tự nhiên. Ở thế giới thuộc linh cũng vậy. Nếu gieo tử tế chúng ta sẽ gặt lấy điều nhân từ, gieo ác sẽ gặt lấy điều tai họa.

Như chúng ta có thể thấy qua trường hợp của sứ đồ Phaolô, do vậy hãy tỉnh thức và canh giữ tấm lòng mình, luôn nhớ rằng vì những việc gian ác mà chúng ta đã phạm, thử thách sẽ xảy đến cho dù chúng ta đã thật lòng ăn năn và được tha.

Điều Gì Xảy Đến với Kẻ Giết Người Đầu Tiên Cain?

Điều dì đã xảy đến với Cain, kẻ giết người đầu tiên, người chưa từng được nghe phúc âm? Chúng ta hãy suy xét xem người có được cứu bởi luật phán xét của lương tâm chăng.

Anh em Cain và Abên dâng của lễ lên Đức Chúa Trời

Ađam và Êva sinh con trên đất sau khi sau khi họ bị đuổi khỏi Vườn Êđen: Cain là con lớn, còn Abên là em trai người. Khi lớn lên, họ dâng của lễ cho Chúa. Cain dâng lên cho Đức Chúa Trời với những nông sản từ đất còn Abên dâng lên những con sinh tế béo mập đầu lòng của bầy.

Đức Chúa Trời tỏ ra hài lòng cùng Abên và của lễ người song không để mắt đến Cain và của lễ hắn. Tại sao Đức Chúa Trời tỏ ra hài lòng với Abên và của lễ người?

Chúng ta không được dâng lên Đức Chúa Trời những của lễ nghịch lại ý muốn Ngài. Theo thánh luật, chúng ta phải thờ phượng Đức Chúa Trời với sự hiến tế bằng huyết hầu cho tội lỗi có thể được tha. Do vậy, trong thời Cựu Ước, người là dùng bò đực hay cừu làm con sinh tế dâng cho Đức Chúa Trời để thờ phượng Ngài, còn trong thời Tân Ước, Chúa Jêsus là Chiên Con của Đức Chúa Trời đã trở thành của lễ chuộc tội bởi sự đổ huyết của Ngài.

Đức Chúa Trời vui lòng chấp nhận chúng ta, nhậm lời cầu nguyện và ban phước cho chúng ta khi chúng ta thờ phượng Ngài bởi huyết của sự hiến tế, ấy là chỉ khi chúng ta thời phượng Ngài bởi tâm thần. Sự hiến tế thiên liêng có nghĩa là thờ phượng Đức Chúa Trời bằng tâm thần và lẽ thật. Đức Chúa Trời sẽ chẳng hài lòng chấp nhận sự thờ phượng của chúng ta nếu chúng ta mơ màng hay nghe sứ điệp trong tư tưởng vu vơ trong những buổi thờ phượng Ngài.

Đức Chúa Trời chỉ tỏ ra hài lòng đối với Abên và của lễ người

Ađam và Êva vốn hiểu biết rất rõ về thánh luật có liên quan

đến của hiến tế vì Đức Chúa Trời đã dạy dỗ họ về thánh luật nầy tại Vườn Êđen trong một thời gian khá lâu khi Ngài đồng đi với họ. Đương nhiên, ắt hẳn họ đã dạy dỗ con cái mình về cách hiến tế cho Đức Chúa Trời một cách hợp lẽ.

Nói cách khác, Abên thờ phượng Đức Chúa Trời với tinh thần tận hiến bởi sự vâng phục theo sự dạy dỗ của cha mẹ mình. Trái lại, Cain chẳng phải dâng lên của lễ mà chỉ mang đến những thổ sản để làm của hiến tế cho Đức Chúa Trời theo lý lẽ riêng của mình.

Liên quan đến điều nầy, Hê-bơ-rơ 11:4 có chép, *"Bởi đức tin, Abên đã dâng lên Đức Chúa Trời một sinh tế tốt hơn lễ vật của Cain, và được xưng công bình, vì Đức Chúa Trời làm chứng về người rằng Ngài nhậm lễ vật ấy; lại cũng nhờ đó dầu người chết rồi, hãy còn nói."*

Đức Chúa Trời nhậm lễ vật của Abên là người đã người đã dùng tâm linh mà thờ phượng Ngài, bởi đức tin mình mà làm theo ý muốn của Ngài. Song, Đức Chúa Trời không nhậm của lễ của Cain vì người không thờ phượng Ngài bởi tâm linh mà chỉ bởi tiêu chuẩn và cách thức do chính mình tự đặt ra.

Cain giết Abên vì lòng ghen tị

Thấy Đức Chúa Trời chỉ nhậm lấy của lễ của em trai mình còn của mình thì không được ngó đến, Cain rất giận dữ nên mặt người cuối gằm xuống. Cuối cùng hắn đã tấn công Abên và giết chết người.

Chỉ trong một thế hệ kể từ khi cuộc trưởng dưỡng nhân loại bắt đầu trên đất, sự bất tuân sinh ra ganh tị, lòng ganh tị sinh tham lam và thù hận, và tham lam cùng với thù hận sinh ra giết người. Điều nầy thật kinh khủng biết bao!

Chúng ta thấy tấm lòng con người bị nhiễm bẩn bởi tội lỗi

một cách nhanh chóng biết bao một khi họ cho phép nó thâm nhập vào lòng. Vì vậy chúng ta chớ để bất kỳ một tội lỗi nào cho dù chỉ là một tội không đáng gì thâm nhập vào lòng mà bèn là cắt bỏ nó một cách không chậm trễ.

Điều gì đã xảy đến cho kẻ cho kẻ giết người đầu tiên – Cain? Một số người lý luận rằng Cain không thể nào được cứu vì người đã giết Abên là em trai công chính của mình.

Cain đã biết Đức Chúa Trời là ai qua cha mẹ mình. So với con người ngày nay, con người vào thời Cain đã kế thừa một nguyên tội tương đối nhẹ từ cha mẹ mình. Mặc dù Cain đã giết em mình trong cơn ganh ghét tức thời, song cũng có một lương tâm trong sáng.

Thế nên, cho dù đã phạm tội giết người, Cain có thể hết lòng ăn năn qua sự đoán phạt của Đức Chúa Trời và Ngài tỏ sự thương xót với người.

Cain được cứu sau khi hết lòng ăn năn

Trong Sáng Thế 4:13-15, Cain cầu xin Đức Chúa Trời rằng hình phạt của người là quá nặng nề van xin Ngài thương xót khi người bị nguyền rủa và trở thành kẻ lang thang trên đất luôn canh cánh những nỗi lo sợ trong lòng. Đức Chúa Trời đáp rằng, *"Bởi cớ ấy, nếu ai giết Cain thì sẽ bị báo thù bảy lần"* và Ngài đã đánh dấu lên người Cain hầu cho không ai có thể hại đến mạng sống người.

Ở đây, chúng ta phải nhận biết rằng sau khi giết em mình Cain đã hết lòng ăn năn như thế nào. Chỉ khi đó, người mới có thể tương giao được với Đức Chúa Trời và Ngài đã đanh dấu lên người như một bằng chứng của sự tha thứ. Nếu Cain là một sự hư mất đã định trước cho chốn địa ngục, thế thì, tại sao Chúa lại nghe tiếng kêu cầu của người như quyền ưu tiên số một, không nói đến việc đánh dấu lên người?

Cain đã phải lang thang trên đất chẳng một lúc bình yên với hình phạt về tội giết em của người, song cuối cùng thì được cứu qua sự ăn năn tội lỗi của mình. Dầu vậy, trong trường hợp của Cain, người chỉ được cứu và đến ở vùng ngoại ô chứ không phải trung tâm của Barađi.

Không kể đến sự ăn năn của người, Đức Chúa Trời công chính không thể cho Cain vào một nơi ở tốt hơn nơi thiên đàng ngoại trừ Barađi. Cho dù Cain đã sống trong một thời đại tinh sạch và ít tội lỗi hơn, người cũng đã độc ác đến mức giết chết em ruột của mình.

Tuy nhiên, Cain có thể đã được vào nơi ở tốt hơn trên thiên đàng ví như ông đã được tu dưỡng tấm lòng độc ác trở nên nhân từ và cố gắng hết mình để làm đẹp lòng Đức Chúa Trời với tất cả tâm huyết và sức lực mình. Song, lương tâm của Cain đã không như vậy.

Tại sao Đức Chúa Trời không đoán phạt những kẻ độc ác ngay tức thì?

Chúng Ta có thể có rất nhiều câu hỏi đương khi chúng ta ở trong đời sống đức tin. Có những người rất độc ác song Đức Chúa Trời kông đoán phạt họ. Những người khác thì phải khốn khổ vì bệnh tật hay phải chết vì tội lỗi mình. Thậm chí có những người chết trẻ cho dù họ tỏ ra rất trung tín với Chúa.

Ví dụ, Vua Saulơ là người có tấm lòng độc ác đến nỗi tìm hại mạng sống Đavít mặc dù ông biết rằng Đavít là người đã được Chúa xức dầu. Thế mà Đức Chúa Trời vẫn không đoán phạt ngay, lại cứ để Saulơ bắt bớ Đavít càng thêm khắc nghiệt hơn.

Đây là một ví dụ về tình yêu của Đức Chúa Trời trong sự tiên liệu của Ngài. Đức Chúa Trời muốn tôi luyện Đavít để ông trở nên một ống dẫn lớn để cuối cùng qua sự độc ác của Saulơ mà đưa người lên làm vua. Vì vậy sau khi sự rèn luyện dành cho Đavít được hoàn thành, thì cũng là lúc Vua Saulơ băng hà.

Tương tự, tùy vào từng trường hợp, Đức Chúa Trời đoán phạt ngay hay để cho người ta cứ tiếp tục sống mà không đoán phạt. Mọi trường hợp đều hàm chứa một sự trù liệu và tình yêu của Ngài.

Chúng ta hãy khao khát một nơi ở tốt hơn nơi thiên đàng

Trong Giăng 11:25-26, Chúa Jêsus phán rằng, *"Ta là sự sống lại và sự sống, kẻ nào tin ta thì sẽ sống mặc dù đã chết rồi. Còn ai sống và tin ta thì không hề chết. Ngươi tin điều đó chăng?"*

Những ai được cứu qua việc tin nhận phúc âm chắc chắn sẽ được sống lại, mặc lấy hình thể thiêng liêng, và vui hưởng vinh quang đời đời nơi thiên đàng. Những kẻ còn sống trên đất sẽ được cất lên trong đám mây để gặp Chúa trên không trung khi Ngài từ trời ngự xuống. Càng trở nên giống Chúa, chúng ta càng có một nơi ở tốt đẹp hơn trên thiên đàng.

Về điều nầy, trong Ma-thi-ơ 11:12, Chúa Jêsus cho chúng ta biết rằng, *"Từ ngày Giăng Báptít đến nay, nước thiên đàng bị hãm ép, và kẻ hãm ép đó choán lấy."* Chúa Jêsus ban cho một hứa ngôn khác trong Ma-thi-ơ 16:27, *"Vì Con người sẽ ngự trong sự vinh hiển của Cha mình mà giáng xuống cùng các thiên sứ, lúc đó, Ngài sẽ thưởng cho từng người, tùy việc họ làm."* 1 Cô-rinh-tô 15:41 cũng nói rằng *"Vinh quang của mặt trời khác, vinh quang của mặt trăng khác, vinh quang của ngôi sao khác; vinh quang của ngôi sao nầy với vinh quang của ngôi sao kia cũng khác."*

Chúng ta không thể cưỡng lại sự khao khát về một nơi ở tốt hơn trên thiên đàng. Chúng ta hãy ngày càng trở nên thánh khiết và trung tín hơn trong cả nhà Chúa hầu cho chúng ta được vào Giêrusalem Mới là nơi có Ngai Đức Chúa Trời ngự tọa. Giống như người nông dân trong vụ mùa, Đức Chúa Trời muốn dẫn dắt thật nhiều người về với thiên quốc của Ngài qua công cuộc trưởng dưỡng nhân loại trên đất.

Để vào thiên đàng chúng ta phải biết những điều thuộc về trời

Những người không biết Đức Chúa Trời và Chúa Jêsus Christ thật khó có thể vào được Giêrusalem Mới cho dù họ đã được cứu qua sự phán xét của lương tâm.

Cho dù đã được nghe về phúc âm, nhưng nhiều người không biết rõ sự tiên liệu về công cuộc trưởng dưỡng nhân loại, tấm lòng của Đức Chúa Trời, và những điều thuộc về trời. Vậy nên, họ chẳng biết rằng những kẻ cưỡng ép đã choán lấy vương quốc thiên đàng và cũng chẳng hy vọng gì về Giêrusalem Mới.

Đức Chúa Trời phán rằng *"Hãy giữ trung tín cho đến chết, rồi ta sẽ ban cho ngươi mão triều thiên của sự sống"* (Khải Huyền 2:10.) Đức Chúa Trời ban thưởng dư dật cho chúng ta ở thiên đàng tùy theo những việc chúng ta đã làm. Phần thưởng ấy là vô cùng quý giá vì sự vinh quang của nó còn đến đời đời.

Khi ghi nhớ điều nầy, chúng ta sẽ sửa soạn mình như một tân nương xinh đẹp của Chúa như như năm người người nữ đồng trinh khôn ngoan và đạt đến sự thánh khiết trọn vẹn.

1 Tê-sa-lô-ni-ca 5:23 có chép rằng, *"Nguyền xin Đức Chúa Trời bình an khiến anh em nên thánh trọn vẹn, và nguyền xin tâm thần, linh hồn và thân thể của anh em đều được giữ vẹn, không chỗ trách được, khi Đức Chúa Jêsus Christ chúng ta đến."*

Thế thì, chúng ta phải sửa soạn mình với tư cách là một tân nương của Chúa để đạt đến sự thánh khiết trọn vẹn trước khi Chúa Jêsus Christ trở lại, hoặc Đức Chúa Trời sẽ gọi linh hồn chúng ta bất cứ lúc nào.

Vào mọi Chúa Nhật hàng tuần, chúng ta cứ đến hội thánh và công bố rằng; "tôi tin", việc nầy là chưa đủ. Chúng ta phải thoát khỏi mọi điều ác và trung tín trong cả nhà Chúa. Càng ăn ở đẹp ý Đức Chúa Trời, chúng ta càng có thể được vào một nơi ở tốt đẹp hơn trên thiên đàng.

Với sự hiểu biết nầy, tôi khích lệ anh em hãy trở nên con cái đích thực của Đức Chúa Trời. Trong danh Chúa, tôi cầu nguyện cho anh em không những đồng bước đi với Chúa ngay trên đất nầy mà còn được sống đời đời gần bên Ngai của Đức Chúa Trời hơn nơi thiên đàng.

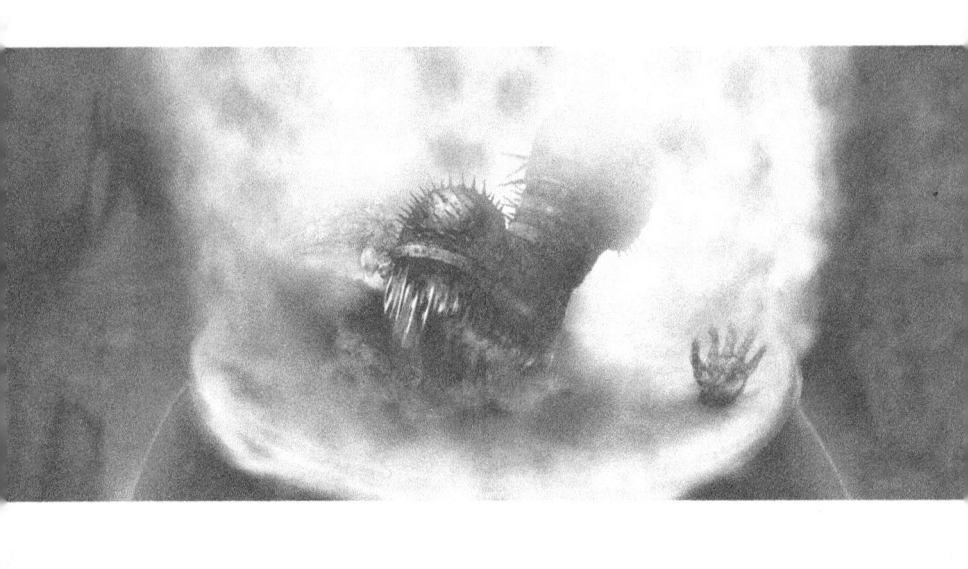

Chương 3

Hạ Tầng Âm Phủ và Bản Chất Của Những Sứ Giả Địa Ngục

Những Sứ Giả Địa Ngục Đưa Người Ta Xuống Hạ Tầng Âm Phủ

Một Nơi Chờ Đợi của Giới Ác Linh

Những Hình Phạt Khác Nhau ở Hạ Tầng Âm Phủ dành cho Những Tội Khác Nhau

Luciphe Cai Quản nơi Hạ Tầng Âm Phủ

Bản Chất của Sứ Giả Địa Ngục

"Vả, nếu Đức Chúa Trời chẳng tiếc các thiên sứ đã phạm tội, nhưng quăng vào trong vực sâu, tại đó họ bị trói buộc bằng xiềng nơi tối tăm để chờ sự phán xét."
(2 Phi-e-rơ 2:4)

"Kẻ ác sẽ bị xô xuống Âm phủ, Và các dân quên Đức Chúa Trời cũng vậy."
(Thi Thiên 9:17)

Vào mùa gặt hàng năm, những người nông dân hớn hở trông đợi những vụ mùa bội thu. Tuy nhiên, thật khó để họ có thể thu hoạch được lúa mì loại tốt luôn, cho dù họ đã khó nhọc ngày đêm, chăm bón, nhổ cỏ, cùng nhiều công việc khác. Trong vụ mùa, sẽ có loại hai, loại ba, và rơm rác nữa. Người ta không thể dùng rơm ra để làm lương thực được. Và lại, rơm rác không thể được thu hoạch chung với lúa mì vì nếu vậy thì lúa mì sẽ bị hỏng. Vì vậy nông đem rơm rác đốt hoặc dùng làm phân bón.

Cũng giống như công cuộc giáo huấn nhân loại của Đức Chúa Trời trên đất này. Ngài muốn tìm kiếm con cái chân thật là những người có tấm lòng thánh khiết và là ảnh tượng hoàn hảo của Đức Chúa Trời. Tuy vậy, có một số người không thể hoàn toàn thoát khỏi tội lỗi, hoặc có những người hoàn toàn trở nên công cụ của ma quỷ và đánh mất bổn phận của con người. Đức Chúa Trời ưa thích những con cái thánh khiết và chân thật, song Ngài cũng đem vào nước thiên đàng những kẻ chết trước khi chưa hoàn toàn thoát khỏi tội lỗi mình miễn sao họ đã cố gắng sống trong đức tin.

Một mặt, Đức Chúa Trời chẳng để cho người ta phải sa xuống địa ngục kinh khiếp nếu như họ có đức tin bằng hạt cải để tin cậy vào huyết của Chúa Jêsus Christ bất chấp đến mục đích đầu tiên là giáo hóa và chọn lựa chỉ những co cái chân thật. Mặt khác, những kẻ không tin Chúa Jêsus Christ và chống nghịch lại Đức Chúa Trời đến cùng, thì chúng không còn sự lựa chọn nào khác bên là đi vào địa ngục vì họ đã chọn lấy con đường hủy diệt bởi sự độc ác trong chúng.

Vậy, những linh hồn hư mất bị đưa xuống Hạ Tầng Âm Phủ như thế nào và họ sẽ phải chịu hình phạt ở đó ra sao? Chúng ta sẽ đi vào sự giảng giải cụ thể về Hạ Tầng Âm Phủ là nơi thuộc về địa ngục và bản chất của các sứ giả địa ngục.

Những Sứ Giả Địa Ngục Đưa Người Ta Xuống Hạ Tầng Âm Phủ

Khi một người được cứu bởi đức tin chết, hai thiên sứ đến đưa họ vào Thượng Tầng Âm Phủ là nơi thuộc về thiên đàng. Trong Lu-ca 24:4, chúng ta thấy hai thiên sứ đang chờ đợi Chúa Jêsus sau khi Ngài chịu chôn và sống lại. Mặt khác, khi một người không được cứu chết, hai sứ giả địa ngục đến để đem người xuống Hạ Tầng Âm Phủ. Vào giờ phút cuối cùng của một người, chúng ta có thể nhìn vào sự thể hiện trên gương mặt của họ để có thể nhận biết rằng người ấy có được cứu hay không.

Ngay trước lúc chết

Ngay trước lúc chết, mắt thuộc linh của người ta được mở ra. Con người sẽ chết trong sự bình an và vui vẻ nếu họ nhìn thấy thiên sứ và xác chết không sớm trở nên cứng đờ. Thậm chí sau hai hoặc ba ngày, xác chết cũng không thối rữa hay bốc mùi thối, và người ấy có vẻ như đang còn sống.

Song, những kẻ không được cứu phải cảm thấy run sợ như thế nào khi họ nhìn thấy những sứ giả kinh khủng của địa ngục? Họ chết trong nỗi kinh hoàng và không thể nhắm mắt.

Nếu sự cứu của một người nào đó là không chắc chắn, các thiên sứ và sứ giả địa ngục sẽ tranh chiến nhau để dành lấy linh hồn người ấy đem về nơi thuộc về chúng. Vì vậy người ấy sẽ rất bồn chồn cho đến lúc chết. Thật đáng sợ biết bao khi người ta nhìn thấy những sứ giả địa ngục mang đến chứng cứ để chống lại họ, liên tục nói rằng, "Nó chẳng có đức tin để được cứu"!

Vào những giây phút cuối cùng của một người có ít đức tin, những người có đức tin vững mạnh nên giúp đỡ họ có thêm đức tin qua việc ngợi khen và thờ phượng. Bấy giờ người ấy có thể nhận được sự cứu rỗi bởi đức tin ngay trong thời khắc cuối, cho dù là sự cứu rỗi "dường như qua lửa" và Barađi là nơi đến cuối cùng của họ.

Chúng ta có thể nhìn thấy sự bình an của một người vào những giây phút cuối cùng vì người đã nhận được đức tin để được cứu đương lúc mọi người cầu nguyện cho người ấy. Khi một người có đức tin vững chắc qua đời, chúng ta không cần phải giúp người ấy có hay có thêm đức tin. Tốt hơn chúng ta nên đem lại cho họ niềm vui và hy vọng.

Một Nơi Chờ Đợi của Giới Ác Linh

Ngay cả một người có ít đức tin cũng có thể được cứu nếu người ấy có được đức tin qua việc ngợi khen và thờ phượng trong những giây phút cuối cùng. Còn nếu người ấy không được cứu, sứ giả địa ngục sẽ đến để đưa họ xuống nơi chờ đợi thuộc Hạ Tầng Âm Phủ và người phải chịu lấy số phận của mình trước giới ác linh.

Cũng giống như những linh hồn được cứu có ba ngày đoán định tại Thượng Tầng Âm Phủ, những linh hồn không được cứu cũng ở nơi chờ đợi trong ba ngày, là nơi giống như một hố sâu khổng lồ ở Hạ Tầng Âm Phủ.

Ba ngày đoán định tại nơi chờ đợi

Nơi chờ đợi ở Thượng Tầng Âm Phủ, nơi những linh hồn được cứu đến ở trong ba ngày, đầy hân hoan, bình an, và hy vọng về cuộc sống vinh quang phía trước. Song, nơi chờ đợi ở Hạ Tầng Âm Phủ thì ngược lại.

Những linh hồn không được cứu sẽ sống trong nơi đau đớn tột cùng, phải nhận đủ thứ hình phạt tùy vào tội họ đã phạm ở thế gian. Trước khi sa xuống Hạ Tầng Âm Phủ, họ phải tự chuẩn bị cho cuộc sống trong thế giới ác linh tại nơi chờ đợi trong ba ngày. Ba ngày ở nơi chờ đợi chẳng phải là những ngày bình yên song chỉ là sự khởi đầu cho sự sống đau đớn đời đời.

Rất nhiều loài chim có mỏ to và nhọn cứ cắn mỏ vào những linh hồn nầy. Ấy là những loài chim rất xấu xí và ghê tởm không giống những thứ chim mà chúng ta thường thấy trên đất nầy.

Những linh hồn không được cứu đã lìa khỏi xác, do đó chúng ta có thể nghĩ rằng họ chẳng còn biết cảm nhận sự đau đớn. Song, những thứ chim nầy có thể làm cho họ đau đớn vì những loài chim ở nơi chờ đợi cũng là những linh vật.

Mỗi khi những linh hồn bị chim cắn mỏ, thân thể họ bị xé rách, máu chảy và thủng da nữa. Những linh hồn ấy cố gắng lẩn tránh sự cắn xé của những loài chim, song hết thảy họ đều không thể. Họ chỉ cố gắng thu mình lại với những tiếng la hét. Đôi khi những con chim đến móc mắt họ.

Những Hình Phạt Khác Nhau ở Hạ Tầng Âm Phủ dành cho Những Tội Khác Nhau

Sau ba ngày ở nơi chờ đợi, những linh hồn không được cứu bị đem đến những nơi khác nhau để chịu hình phạt nơi Hạ Tầng Âm Phủ tùy theo tội họ đã phạm ở thế gian. Thiên đàng là nơi rất rộng lớn. Địa ngục cũng rộng lớn vô cùng đến nỗi có vô số những nơi riêng biệt để giam giữ những linh hồn không được cứu ngay tại Hạ Tầng Âm Phủ, nơi chỉ là một phần của địa ngục.

Nhiều hình phạt ở nhiều nơi khác nhau

Nhìn chung, Hạ Tầng Âm Phủ là một nơi tối tăm và ẩm thấp, những linh hồn có thể được tiếng xèo xèo của sức nóng ở đó. Những linh hồn không được cứu sẽ liên tục bị hành hạ với sự đánh đập, và cắn xé.

Khi còn ở thế gian, khi bị cắt bỏ chân tay, thì người ta phải sống với thể trạng như vậy. Một khi người ta chết, sự đau đớn và khó khăn cũng tiêu tan cùng với cái chết của họ. Tuy vậy, ở Hạ Tầng Âm Phủ, nếu người ta bị cắt đầu, thì cũng sẽ được tự phục hồi trở lại. Thậm chí người ta bị mất đi một phần thân thể, cũng sẽ sớm được phục hồi hoàn toàn. Giống như người ta không thể nào dùng gươm, dao sắc bén để cắt nước ra thành từng lát mỏng, không có sự hành hạ, cắn xé những bộ phận của cơ thể thành từng mảnh có thể chấm dứt được sự đau đớn tột cùng.

Sau khi bị chim cắn mổ, mắt của người ta sẽ sớm được phục hồi. Thậm chí nếu người ta bị tổn thương hay vọt tròng mắt ra ngoài, thì cũng sẽ được sớm phục hồi. Máu người ta sẽ không ngừng đổ ra đương khi bị hành hạ, song người ta không thể chết vì máu sẽ sớm được làm đầy trở lại. Kiểu hành hạ kinh khiếp này cứ lặp đi lặp lại.

Vì vậy có một dòng sông huyết chảy ra từ huyết của những linh hồn ở Hạ Tầng Âm Phủ. Hãy nhớ rằng linh hồn là bất diệt. Khi nó bị hành hạ không ngớt thì cơn đau đớn của nó cũng sẽ chẳng hề dứt. Những linh hồn xin được chết, song chẳng được. Từ những trận hành hạ không dứt, Hạ Tầng Âm Phủ đầy những tiếng khóc than, rên xiết, và máu chảy bốc mùi hôi thối.

Những tiếng kêu khóc đau đớn ở Hạ Tầng Âm Phủ

Tôi cho rằng trong chúng ta có nhiều người đã từng trực tiếp chứng kiến cảnh chiến tranh. Nếu không, chúng ta cũng có thể nhìn thấy những cảnh tượng hãi hùng về sự than khóc và đau đớn trong những bộ phim chiến tranh, hoặc phim tài liệu về lịch sử. Những kẻ bị thương rải rác khắp nơi. Trong số họ, có những kẻ mất chân, hoặc mất tay. Mắt họ bị hư hỏng, não bị nổ tung ra. Chẳng ai có thể biết được khi nào thì đạn pháo sẽ mưa xuống trên họ. Đó là nơi nghẹt thở bởi khói súng đạn, mùi máu tươi, tiếng kêu rên và than khóc. Người ta có thể gọi đó là "địa ngục trần gian."

Tuy nhiên, cảnh tượng thảm khốc ở Hạ Tầng Âm Phủ lại càng thảm khốc hơn bất kỳ một cảnh chiến trường nào thảm hại nhất ở thế gian này. Hơn thế, những linh hồn ở Hạ Tầng Âm Phủ không chỉ khốn khổ với những sự hành hạ đương thời mà còn với những gì sắp đến nữa.

Sự hành hạ quá nặng nề đối với họ, người ta tìm mọi cách để trốn tránh trong vô vọng. Và lại, những gì đang chờ đợi họ ấy là ngọn lửa hừng và hồ diêm sinh nơi hố sâu địa ngục.

Thật đáng tiếc và ân hận cho những linh hồn ấy biết bao khi chúng nhìn thấy hồ diêm sinh cháy bừng trong địa ngục, mà rằng, "Lẽ ra tôi nên tin khi nghe cong 6 bố phúc âm...tôi chẳng nên phạm tội...!" Dẫu vậy, chẳng còn có thêm một cơ hội nào và chẳng có một con đường cứu rỗi nào cho họ.

Luciphe Cai Quản nơi Hạ Tầng Âm Phủ

Người ta không thể nào mô tả được loại hạng và mức độ của sự hành phạt nơi Hạ Tầng Âm Phủ. Giống như sự đa dạng về cách thức hành hạ ở thế gian, ở Hạ Tầng Âm Phủ, những sự ấy cũng giống như vậy.

Một số người phải khốn khổ vì sự thối rữa của thân thể. Một số khác bị những loài sâu bọ ăn thịt hoặc hút máu. Còn những người khác thì phải dựa lưng vào những tảng đá rực lửa hoặc phải đứng trên cát nóng gấp bảy lần cát ở bãi biển hay ở hoang mạc mà chúng ta được biết ở đất nầy. Trong một vài trường hợp, những linh hồn ở đây bị chính những sứ giả địa ngục hành hạ. Những cách hành hạ kác bao gồm cả nước, lửa, cùng những phương thức và dụng cụ hành hạ vô cùng kỳ quái khác.

Đức Chúa Trời của tình yêu thương không cai quản nơi dành cho những linh hồn không được cứu nầy. Ngài đã trao quyền cai quản nó cho những ác linh. Luciphe, kẻ cầm đầu trên những ác linh, cầm quyền nơi Hạ Tầng Âm Phủ, là nơi ở của những linh hồn không được cứu – được xem như rơm rác. Ở đây chẳng hề có sự khoang dung hay nhân từ, Luciphe đã cầm quyền trên hết thảy Hạ Tầng Âm Phủ.

Tính cách của Luciphe, kẻ cầm đầu mọi ác linh

Luciphe là ai? Luciphe từng là một trong những thiên sứ trưởng, kẻ đã được Đức Chúa Trời rất mực yêu dấu và gọi là "con trai của rạng đông" (Ê-sai 14:12). Thế nhưng, nó đã phản loạn nghịch lại Đức Chúa Trời và trở thành kẻ cầm đầu của những ác linh.

Các thiên sứ trên thiên đàng chẳng có ý chí tự do của con người. Vậy nên, chúng không thể chọn lựa theo ý muốn của mình mà chỉ biết làm theo mệnh lệnh như người máy. Dẫu vậy, Đức Chúa Trời đã đặc biệt trao cho một vài thiên sứ bản tánh của loài người và chia sẻ tình yêu với chúng. Luciphe là một trong số các thiên sứ đó, nó đảm nhiệm về âm nhạc thiên đàng. Với giọng ca tuyệt vời cùng những nhạc cụ, Luciphe ca ngợi để làm hài lòng Đức Chúa Trời về sự vinh hiển Ngài.

Song, nó đã dần dần trở nên kêu ngạo vì sự ưu ái đặc biệt mà Đức Chúa Trời đã dành cho mình, để rồi đem lòng ao ước đến một địa vị cao hơn và quyền thế Đức Chúa Trời, cuối cùng đã khiến nó trở nên phản loạn chống nghịch lại Ngài.

Luciphe thách thức và chống nghịch lại Đức Chúa Trời

Kinh Thánh cho chúng ta biết rằng có rất nhiều thiên sứ đã đi theo Luciphe (2 Phi-e-rơ 2:4, Giu-đe 1:6). Có mười nghìn thiên sứ trên thiên đàng và có khoảng một phần ba trong số đó đã đi theo Luciphe. Chúng ta có thể hình dung được một số lượng thiên sứ đông đúc đến dường nào đã đi theo Luciphe. Trong sự kiêu ngạo của mình, nó đã chống nghịch lại Đức Chúa Trời.

Tại sao lại có rất nhiều thiên sứ đã đi theo Luciphe như vậy? Chúng ta có thể hiểu điều nầy cách dễ dàng nếu chúng ta biết đến thực tế rằng các thiên sứ chỉ làm theo mệnh lệnh giống như cách vận hành của máy móc hay rôbốt vậy.

Trước hết, Luciphe dành được sự ủng hộ của một số thiên sứ đứng đầu, những kẻ dưới sự ảnh hưởng của nó, sau đó nó dễ dàng khuất phục những thiên sứ hạ cấp của các thiên sứ đứng đầu nầy.

Bên cạnh các thiên sứ, con rồng cùng một phần Chêrubin trong số các thần linh cũng đi theo sự phản loạn của Luciphe. Luciphe, kẻ đã phản loạn và thách thức Đức Chúa Trời, sau cùng, bị đánh bại và bị ném ra khỏi thiên đàng cùng những ma quỉ nó. Sau đó chúng bị nhốt trong Vực Sâu cho đến khi được dùng vào công cuộc giáo huấn nhân loại.

Hỡi sao mai, con trai của sáng sớm kia, sao ngươi từ trời sa xuống! Hỡi kẻ dày đạp các nước kia, ngươi bị chặt xuống đất là thể nào! Ngươi vẫn bụng bảo dạ rằng:

Ta sẽ lên trời, sẽ nhắc ngai ta lên trên các ngôi sao Đức Chúa Trời. Ta sẽ ngồi trên núi hội cuối cùng về phương bắc. Ta sẽ lên trên cao những đám mây, làm ra mình bằng Đấng Rất Cao. Nhưng ngươi phải xuống nơi Âm Phủ, sa vào nơi vực thẳm! (Ê-sai 14:12-15)

Đương lúc còn ở với Đức Chúa Trời trong tình yêu thương tràn đầy của Ngài, Luciphe vô cùng xinh đẹp. Dẫu vậy, sau khi phản loạn, nó đã trở nên xấu xí và kinh khủng.

Những người đã từng nhìn thấy nó bằng mắt thuộc linh của mình, bảo rằng Luciphe trông xấu xí đến nỗi chỉ cần nhìn thấy đã khiến chúng ta kinh tởm. Nó trông rất tồi tàn, tóc rối bời và nhộm đủ thứ màu sắc như đỏ, trắng, vàng, dựng ngược lên cao.

Ngày nay, Luciphe đã lãnh đạo người ta làm theo nó trong cách ăn mặc và kiểu tóc. Khi nhảy múa, người ta rất hoang dại, dữ dội, và ghê gớm trong các hành vi chỉ trỏ lung tung.

Trong thời đại chúng ta, Luciphe đã tạo ra rất nhiều khuynh hướng và chúng đã sinh sôi qua phương tiện truyền thông đại chúng và văn hóa. Những khuynh hướng nầy có thể làm tổn thương cảm xúc của con người và khiến họ trở nên hỗn loạn. Hơn thế nữa, những khuynh hướng nầy đã lừa dối con người khiến họ tự xa lánh Đức Chúa Trời và thậm chí chối bỏ Ngài. Con cái Đức Chúa Trời phải có sự khác biệt và không sa vào khuynh hướng của thế gian. Nếu sa vào khuynh hướng nầy, thì sự yêu mến Đức Chúa Trời sẽ không còn ở trong chúng ta nữa vì khuynh hướng thế gian đã chiếm ngự tấm lòng và tư tưởng chúng ta (1 Giăng 2:15).

Những ác linh làm cho Hạ Tầng Âm Phủ trở nên một nơi kinh khiếp

Một mặt, chính Đức Chúa Trời của tình yêu là sự thiện lành. Ngài sắm sẵn mọi thứ cho chúng ta trong sự thông sáng và ý tưởng tốt đẹp cùng sự cân nhắc của Ngài. Ngài muốn chúng ta sống đời đời trong niềm hạnh phúc vô cùng nơi thiên đàng. Mặt khác, chính Luciphe là kẻ rất độc ác. Những ác linh là những kẻ đi theo Luciphe luôn luôn nghĩ đến những cách thức để hành hạ con người ngày càng khốc liệt hơn. Trong sự tinh quái của chúng, chúng khiến cho Hạ Tầng Âm Phủ trở nên một nơi kinh khiếp hơn bằng cách tạo ra đủ loại khổ hình.

Ngay cả trong thế gian nầy, qua lịch sử con người đã tạo ra rất nhiều phương thức tra tấn vô cùng tàn bạo. Khi Hàn Quốc sa vào ách thống trị của Nhật Bản, người Nhật tra tấn những người lãnh đạo phong độc lập quốc gia của Hàn Quốc bằng cách dùng gia tre đâm xuyên qua phía dưới các móng tay hoặc nhổ từng chiếc móng tay hay móng chân của họ. Những kẻ tra tấn cũng dùng nước có trộn lẫn ớt bột đổ vào mắt và mũi của những người lãnh đạo phong trào ấy trong tư thế treo ngược. Mùi thịt cháy kinh tởm tràn ngập phòng tra tấn vì người Nhật đã dùng những thanh kim loại nung đỏ nướng vào các bộ phận thân thể của những người lãnh đạo ấy. Các bộ phận nội tạng của vọt ra khỏi bụng họ vì những trận đòn dã man.

Qua lịch sử Hàn Quốc, người ta đã tra tấn phạm nhân như thế nào? Họ tra tấn bằng cách vặn chân phạm nhân. Phạm nhân bị trói mắt cá và đầu gối, sau đó chúng xuyên hai cây gậy vào giữa hai trái đùi phạm nhân. Xương chân của họ sẽ bị vỡ ra khi những kẻ tra tấn di chuyển hai cây gậy. Chúng ta có thể hình dung ra sự đau đớn là biết dường nào?

Sự hành hạ tàn bạo ấy được chính con người thực hiện với những gì do chính họ tạo ra. Vậy, sự hành hạ sẽ dữ dội và khốn khổ hơn biết dường nào khi những ác linh có năng lực và sự khôn ngoan vượt xa con người hành hạ trên những linh hồn không được cứu? Ấy là sự vui thích của chúng để tạo ra nhiều loại khổ hình dùng áp đặt lên những linh hồn không được cứu.

Vì vậy chúng ta cần phải biết về giới ác linh. Để rồi chúng ta có thể cai quản, cầm quyền, và chiến thắng chúng. Chúng ta có thể đánh bại chúng chúng cách dễ dàng khi chúng ta biết giữ mình thánh sạch và không rập khuôn theo đời nầy.

Bản Chất của Sứ Giả Địa Ngục

Những sứ giả địa ngục hành hạ trên những linh hồn không được cứu ở Hạ Tầng Âm Phủ là ai? Chúng là những thiên sứ hạ cấp sa ngã đi theo Luciphe trong cuộc nổi loạn từ trước buổi sáng thế.

Còn các thiên sứ không giữ thứ bậc mà bỏ chỗ riêng mình, thì Ngài đã dùng dây xích họ trong nơi tối tăm đời đời, cầm giữ lại để chờ sự phán xét trong ngày lớn (Giu-de 1:6).

Những thiên sứ sa ngã không thể đi đến với thế gian cách dễ dàng vì Đức Chúa Trời đã nhốt chúng trong nơi tối tăm cho đến ngày Phán Xét trước Ngai Trắng và Lớn. Một số người quả quyết rằng ma quỉ chính là những thiên sứ sa ngã, song không phải vậy. Ma quỉ chính là những linh hồn không được cứu là những kẻ được thả ra khỏi Hạ Tầng Âm Phủ để làm công việc của họ dưới những tình huống đặc biệt. Chúng ta sẽ được biết rõ điều nầy trong chương 8.

Những thiên sứ sa ngã cùng Luciphe

Đức Chúa Trời đã trói những thiên sứ sa ngã trong nơi tối tăm – địa ngục – chờ ngày phán xét. Vì thế, chúng không thể đến với thế gian ngoại trừ những trường hợp đặc biệt.

Chúng đã từng là những tạo vật rất xinh đẹp cho đến khi phản nghịch lại Đức Chúa Trời. Tuy nhiên, những sứ giả địa ngục chẳng xinh đẹp cũng chẳng khôn ngoan kể từ khi chúng sa ngã và bị rủa sả.

Chúng trông tồi tàn đến mức khiến chúng ta kinh tởm. Chúng có bộ dạng và khuôn mặt giống con người, hoặc mang những chiếc mặt nạ của những con vật gớm ghiếc.

Diện mạo của chúng giống như những con vật gớm ghiếc như loài heo được mô tả trong Kinh Thánh (Lê-vi Ký 11). Song chúng bị nguyền rủa và có diện mạo xấu xí. Chúng cũng trang trí thân thể mình đầy những màu sắc và hoa văn kệch cỡm.

Chúng mặc những áo giáp bằng sắt và mang giày lính. Những công cụ tra tấn sắc nhọn được mang chặt vào thân thể chúng. Chúng thường cầm dao, mác, hay roi vọt trong tay mình.

Chúng tỏ ra thái độ hống hách, chúng ta có thể cảm nhận được quyền lực mạnh mẽ của chúng khi chúng đi lại vì chúng thể hiện toàn bộ năng lực và thẩm quyền trong sự tối tăm. Người ta rất sợ hãi ma quỉ. Song, những sứ giả địa ngục lại càng khủng khiếp hơn.

Những sứ giả địa ngục hành hạ linh hồn

Vai trò cụ thể của những sứ giả đại ngục là gì? What exactly is the role of the messengers of hell? Chúng chủ yếu hành hạ những linh hồn không được cứu khi chúng cai quản địa ngục.

Những sứ giả địa ngục thực hiện những hình phạt nặng hơn dành cho những kẻ phải chịu nhiều hành phạt nặng hơn ở Hạ Tầng Âm Phủ. Ví dụ, những sứ giả mang mặt heo gớm ghiếc, cắt xẻo thân thể của những linh hồn, hay bơm cho họ phồng lên như những quả bóng rồi bắn hoặc dùng roi quất vào họ.

Thêm vào đó, chúng hành hạ người ta với nhiều cách khác nhau. Ngay cả con trẻ chúng cũng không loại trừ. Những gì khiến linh hồn chúng ta tan vỡ ấy là những sứ giả địa ngục hành hạ hoặc đánh đập con trẻ để làm trò tiêu khiển. Thế nên, chúng ta phải làm hết sức mình để bảo vệ thậm chí chỉ là một linh hồn khỏi phải sa vào địa ngục là một nơi tàn bạo, khốn khổ và hãi hùng đầy dẫy những nỗi đau và thống khổ chẳng hề dứt.

Năm 1992, vì quá căng thẳng và làm việc quá sức, tôi đã đứng trước ngưỡng cửa của sự chết. Vào giây phút đó, Đức Chúa Trời tỏ cho tôi biết về nhiều người trong hội thánh mình đã làm theo khuôn mẫu của đời này. Tôi đã hớn hở hy vọng được về cùng Chúa cho đến nhìn thấy cảnh tượng này. Thế rồi tôi chẳng thể nào mong muốn được về cùng Chúa nữa vì biết rằng sẽ có nhiều người trong hội thánh của tôi sẽ phải sa xuống địa ngục.

Vì vậy, tôi đã thay đổi ý định và cầu xin Chúa cho tôi sống lại. Đức Chúa Trời đã ban cho tôi sức mạnh ngay trong tức khắc khiến chính tôi cũng thấy ngạc nhiên, tôi có thể đứng lên và bước ra khỏi phút lâm chung và trở nên khỏe mạnh hoàn toàn. Quyền phép Đức Chúa Trời đã làm tôi sống lại. Vì biết khá rõ ràng về địa ngục, tôi sốt sắng công bố về những bí mật của nó mà Đức Chúa Trời đã bày tỏ cho mình với hy vọng sẽ cứu thêm dù chỉ một linh hồn.

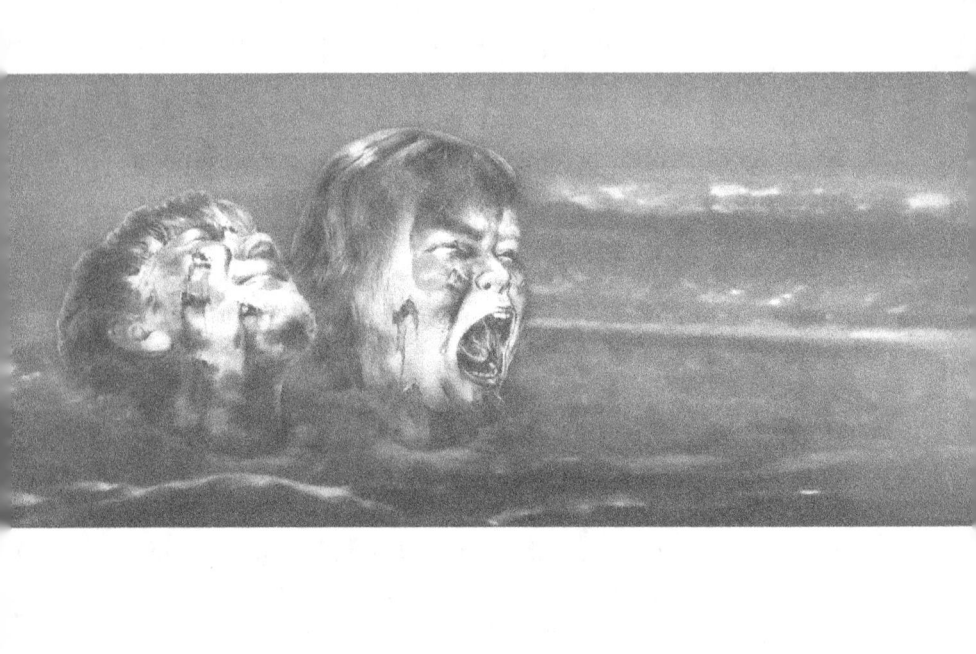

Chương 4

Hạ Tầng Âm Phủ và Bản Chất Của Những Sứ Giả Địa Ngục

Những Thai Nhi và Trẻ Em Còn Đang Bú
Những Trẻ Mới Biết Đi
Những Trẻ Vừa Mới Biết Đi và Biết Nói
Những Trẻ từ Sáu đến Mười Hai Tuổi
Những Người Trẻ Tuổi đã Cười Nhạo Tiên Tri Êlisê

"Nguyện sự chết thình lình xảy đến chúng nó!
Nguyện chúng nó còn sống phải sa xuống
Âm phủ! Vì sự ác ở nhà chúng nó,
tại trong lòng chúng nó."
(Thi Thiên 55:15)

"Từ đó, Ê-li-sê đi lên Bê-tên. Đang đi dọc đường, có những trẻ con trai ở thành ra nhạo báng người, mà rằng: Ớ lão trọc, hãy lên! Ớ lão trọc, hãy lên! Người xây lại ngó chúng nó, và nhân danh Đức Giê-hô-va mà rủa sả chúng nó. Liền có hai con gấu cái ra khỏi rừng, cấu xé bốn mươi hai đứa trong bọn chúng nó."
(2 Các Vua 2:23-24)

Trong chương trước, chúng ta đã được biết về cách mà thiên sứ s ngã Luciphe cai quản địa ngục như thế nào và những thiên sứ sa ngã khác cai trị dưới sự chỉ huy của Luciphe ra sao. Những sứ giả địa ngục hành hạ các linh hồn không được cứu tùy theo tội lỗi họ đã phạm. Nói chung, hình phạt ở Hạ Tầng Âm Phủ được phân chia theo bốn mức độ. Hình phạt nhẹ nhất giáng lên trên những kẻ bị sa vào địa ngục sau kết cuộc của sư phán xét lương tâm. Hình phạt nặng nhất giáng lên cho những kẻ có lương tâm chai lì như thép đã luyện và những kẻ chạm trán với Đức Chúa Trời như Giuđa Íchcariốt đã bán Chúa vì lợi ích cá nhân.

Ở chương sau, chúng ta sẽ được biết cụ thể các loại hình phạt giáng lên trên những linh hồn không được cứu ở Hạ Tầng Âm Phủ, nơi thuộc về địa ngục. Trước nói rõ về những hình phạt giáng trên những người trưởng thành, chúng ta sẽ được biết về những hình phạt giáng trên những con trẻ không được cứu theo những nhóm tuổi khác nhau.

Những Thai Nhi và Trẻ Em Còn Đang Bú

Vì cớ sự kế thừa bản tánh tội lỗi của cha mẹ chẳng tin, một con trẻ còn vô tư cũng phải sa vào Hạ Tầng Âm Phủ nếu nó không thể qua được cuộc phán xét của lương tâm. Con trẻ ấy có thể nhận hình phạt tương đối nhẹ vì tội lỗi không nghiêm trọng của nó so với tội lỗi của người lớn, song nó vẫn phải khốn khổ vì đói khát và những nỗi đau không chịu nổi.

Sự kêu khóc của những con trẻ còn đang bú vì đói khát

Những con trẻ không được cho bú, hết thảy đều chưa biết

đi, chưa biết nói bị phân loại và nhốt vào một nơi riêng biệt và rộng lớn. Chúng chưa thể tự suy nghĩ hay đi lại vì những con trẻ không được cứu nầy vẫn còn giữ nguyên hình dạng và lương tâm mà chúng đã có như thời khắc cái chết của chúng.

Và lại, chúng không biết tại sao mình phải sa xuống địa ngục vì trong trí chúng chưa hề có một sự hiểu biết nào. Theo bản năng tự nhiên chúng cứ kêu khóc vì thấy đói mà chẳng hề biết cha mẹ mình là ai. Một sứ giả địa ngục sẽ đến chọc vào hông, cánh tay, chân, mắt, móng tay, hay móng chân của con trẻ ấy bằng những vật nhọn giống như mũi khoang. Con trẻ sau đó cứ để cho khóc thét lên, rồi sứ giả địa ngục ấy cười phá lên sung sướng. Cho dù chúng có tiếp tục than khóc, cũng chẳng được quan tâm. Chúng cứ khóc cho đến kiệt sứ và đau đớn trầm trọng. Hơn thế nữa, các sứ giả địa ngục đôi khi tụ tập lại chung quanh, nhặt một em bé lên, rồi thổi hơi vào nó cho phồng lên như quả bóng. Sau đó chúng chơi trò tung hứng, ném, đá để mua vui. Thật độc ác và kinh khiếp biết bao!

Những bào thai bỏ rơi bị cướp đoạt hơi ấm và sự yên ủi

Những bào thai chết trước khi ra đời phải chịu số phận ra sao? Như chúng ta đã được biết về điều nầy, hầu hết trong số chúng đều được cứu, song ngoại trừ một số trường hợp. Một số bào thai không thể được cứu vì chúng được thụ thai với bản tánh xấu nhất kế thừa từ cha mẹ chúng là những kẻ đã xoay bỏ Chúa và phạm nhiều tội vô cùng độc ác. Linh hồn của những bào thai không được cứu cũng bị nhốt trong một nơi giống như nơi nhốt những con trẻ thôi cho bú.

Chúng không bị hành hạ ác nghiệt như những linh hồn lớn tuổi hơn vì chúng chưa có ý thức và chưa phạm tội vào thời điểm sự chết của chúng. Bị ruồng bỏ không một hơi ấm hoặc yên ủi là thứ mà chúng từng có được trong bụng mẹ.

Hình trạng con người trong nơi Hạ Tầng Âm Phủ

Ở Hạ Tầng Âm Phủ, những linh hồn không được cứu có hình trạng ra sao? Một mặt, nếu có một con trẻ thôi cho bú chết, nó sẽ bị nhốt ở đó trong hình trạng của một con trẻ thôi bú. Nếu một bào thai chết trong bụng mẹ, nó bị nhốt ở Hạ Tầng Âm Phủ trong hình trạng của một bào thai. Mặt khác, những linh hồn được cứu ở thiên đàng sẽ được mặc lấy một hình thể phục sinh mới mẻ vào thời khắc sự hiện đến lần thứ hai của Chúa Jêsus Christ, mặc dù chúng có cùng hình thể như ở thế gian nầy. Lúc bấy giờ, mọi người đều được biến đổi thành tuổi 33 xinh đẹp như Chúa Jêsus và sẽ được mặc lấy hình thể thuộc về trời. Người thấp sẽ có được chiều cao tối ưu, và người bị mất chân hoặc tay sẽ được phục hồi lại những chi thể bị mất đó.

Song, những linh hồn không được cứu ở địa ngục thì không thể được mặc lấy hình thể phục sinh sau sự Hiện Đến Lần Hai Của Chúa. Chúng không được phục sinh vì cớ chẳng có sự sống từ Chúa Jêsus Christ, do vậy, chúng chúng vẫn còn nguyên hình trạng như lúc chết. Khuôn mặt và thân hình chúng đều nhợt nhạt và tối tăm như những xác chết, tóc chúng sởn lên vì nỗi kinh hoàng ở địa ngục. Một số mặc quần áo rách rưới, số khác thì có vài mảnh vải, còn số khác thì trần truồng.

Ở thiên đàng, những linh hồn được cứu mặc lấy áo quần trắng tinh và xinh đẹp với những vương miện sáng ngời. Và lại, sự rực rỡ của những quần áo cùng sự trang trí của chúng đều khác nhau tùy theo sự vinh quang và phần thưởng của mỗi người. Ngược lại, ở địa ngục, hình trạng của những linh hồn không được cứu đều khác nhau tùy theo mức độ và loại hạng tội lỗi của chúng.

Những Trẻ Mới Biết Đi

Những con trẻ mới sinh, lớn lên và tập đứng, tập đi, và tập nói. Khi những đứa trẻ mới biết đi nầy chết, những hình phạt nào sẽ giáng lên chúng?

Những trẻ mới biết đi cũng bị nhốt lại một chỗ. Chúng khốn khổ theo bản năng vì chúng chưa thể tự suy đoán hoặc đánh giá sự việc một cách hợp lý vào thời điểm chúng chết.

Những Trẻ Mới Biết Đi kêu khóc đòi cha mẹ trong cơn kinh khiếp tột cùng

Những trẻ mới biết đi là những trẻ chỉ vài ba tuổi. Do vậy, chúng chẳng nhận biết ngay cả cái chết của mình và cũng chẳng biết tại sao chúng phải ở địa ngục, song chúng vẫn còn nhớ đến cha mẹ mình. Vì thế chúng cứ khóc than không dứt, "Cha mẹ đang ở đâu? Con muốn về nhà! Tại sao con phải ở đây?"

Khi còn sống ở thế gian, mỗi khi bị té ngã, mẹ chúng sẽ nhanh chân chạy đến mà ôm chúng vào lòng. Nhưng bấy giờ cho dù chúng kêu khóc đến toàn thân ứa máu mẹ chúng cũng chẳng còn chạy đến để yên ủi nữa. Khi một đứa trẻ bị lạc mẹ ở chợ hoặc một nơi mua sắm nào đó, liệu chúng chẳng kêu khóc vì sợ hãi sao?

Chúng không thể tìm thấy cha mẹ mình là người sẽ bảo vệ chúng khỏi sự kinh khiếp của địa ngục. Chỉ nội điều nầy thôi cũng đủ hoảng sợ để khiến chúng kinh hoàng đến tột cùng. Hơn nữa, những giọng đầy hăm dọa cùng những tiếng cười kệch cỡm của những sứ giả địa ngục buộc những con trẻ phải khóc thét lên càng lúc càng to hơn, song, thảy đều vô ích. Để giết thời gian, những sứ giả địa ngục đánh vào lưng những con trẻ ấy, giẫm đạp, hoặc dùng roi để quất chúng. Bấy giờ những con trẻ ấy đều bị sốc và đau đớn, chúng cố tìm cách né tránh hay chạy trốn khỏi những kẻ đó. Tuy nhiên, trong một nơi đông đúc như vậy, chúng không thể chạy trốn, trong nước mắt nước mũi dầm dề, chúng vướng vào nhau, giẫm lên nhau, thâm tím và đổ máu khắp nơi. Dưới cảnh tượng khốn cùng ấy, chúng kêu khóc không dứt vì nỗi khao khát đến cha mẹ mình, chúng bị đói khát và sợ hãi. Chỉ như vậy thôi cũng đủ là "địa ngục" đối với những con trẻ nầy rồi.

Đối với những con trẻ hai hoặc ba tuổi thì việc phạm đến những tội lỗi nghiêm trọng là điều không thể. Bất chấp thực tế nầy, chúng vẫn phải chịu những hình phạt khốn đốn như vậy là vì nguyên tội và những tội của chính mình. Vậy những người trưởng thành là những kẻ đã phạm những tội lỗi nghiêm trọng hơn nhiều so với các con trẻ thì sẽ phải chịu những hình phạt khốn khổ hơn ở địa ngục là biết dường nào?

Dẫu vậy hễ ai tin nhận Chúa Jêsus Christ là Đấng đã chịu chết trên thập tự để cứu chuộc mọi người, và sống trong sự sáng thì đều được tha khỏi mọi hình phạt. Kẻ ấy có thể được vào thiên đàng vì hết thảy tội lỗi ở quá khứ, hiện tại và tương lai đều được tha.

Những Trẻ Vừa Mới Biết Đi và Biết Nói

Những trẻ mới biết đi, bắt đầu nói ra một vài từ, biết chạy nhảy và nói rõ hơn khi chúng lên ba. Những con trẻ từ ba đến năm tuổi – con trẻ vừa mới biết đi phải chịu những hình phạt nào ở Hạ Tầng Âm Phủ?

Những sứ giả địa ngục cầm giáo mác rượt đuổi chúng

Trẻ con từ ba đến năm tuổi bị nhốt riêng trong một nơi tối tăm rộng lớn để chịu hình phạt ở đó. Chúng cố hết sức để trốn thoát đến bất kỳ nơi nào có thể để mong sao thoát khỏi những sứ giả địa ngục đang rượt đuổi chúng với những cây đinh ba nhọn hoắt trong tay.

Đinh ba là một loại giáo có ba mũi nhọn ở cuối. Những sứ giả địa ngục rượt đuổi linh hồn trẻ thơ nầy, đâm chúng bằng giáo mác giống như cách mà các thợ săn trong các cuộc săn bắn của chúng. Cuối cùng, chúng bị dồn đến một vách đá, bên dưới vách đá ấy, chúng nhìn thấy nước đang sôi giống như dung nham núi lửa đang hoạt động. Thoạt đầu chúng do dự không dám nhảy xuống khỏi vách đá song chúng bị ép buộc phải nhảy xuống nước đang sôi ấy nhằm tránh mặt những sứ giả địa ngục đang rượt đuổi từ phía sau. Chúng chẳng có một lựa chọn nào khác.

Vùng vẫy để thoát khỏi nước sôi

Bọn trẻ con có thể khỏi những mũi thương nhọn trong tay những sứ giả địa ngục, song lại phải sa vào nước sôi. Chúng ta có thể hình dung ra sự đau đớn mà chúng phải chịu là đến dường nào? Chúng vùng vẫy thậm chí để ngoi đầu lên khỏi nước sôi, vì nước cui vào trong mũi và miệng chúng. Khi những sứ giả địa ngục nhìn thấy như vậy, chúng trêu chọc bọn con trẻ mà rằng, "Như vậy có vui không?" hoặc "Ô, thật là vui!" Sau đó chúng hét to lên rằng, "Kẻ nào để cho bọn trẻ nầy sa vào địa ngục? Hãy đưa cha mẹ chúng đến con đường sự chết, lúc ấy hãy mang chúng đến đây, để cho chúng nhìn xem con cái mình đang bị khốn khổ và hành hạ!"

Ngay sau đó, bọn trẻ vùng vẫy thoát khỏi được nước sôi liền bị bắt vào trong một tấm lưới lớn như lưới cá rồi đem quăng trở lại nơi ban đầu để từ đây chúng lại bắt đầu cuộc trốn chạy. Cứ như vậy, quá trình đau đớn nầy của bọn trẻ cứ lặp đi lặp lại không thôi.

Những con trẻ nầy chỉ vừa mới ba đến năm tuổi, chúng chưa thể chạy nhanh. Song, vẫn cố hết sức để trốn khỏi sự truy đuổi của những sứ giả địa ngục đang hầm hầm giáo mác trong tay rượt đuổi theo chúng rồi chúng bị dồn đến vách đá. Chúng nhảy xuống nước sôi, rồi lại vùng vẫy để ra khỏi đó. Sau chúng bị bắt lại bằng lưới và bị ném trở lại chỗ ban đầu. Sự nầy cứ xảy ra như chẳng hề chấm dứt. Thật khốn cùng và bi đát biết bao!

Có bao giờ chúng ta bị thép nung đỏ hay nồi nóng làm bỏng tay chưa? Bấy giờ chúng ta có lẽ sẽ biết được sức nóng nỗi đau ấy là thế nào. Hãy hình dung rằng toàn thân chúng ta bị ướt sũng nước sôi, hoặc bị ngập chìm trong một nồi nước sôi lớn. Chỉ hình dung như vậy, chúng ta cũng cảm thấy kinh hãi và đau đớn biết bao.

Nếu đã từng bị bỏng cấp độ ba, chúng ta sẽ nhớ rất rõ cái nỗi đau đớn vô cùng đó là thế nào. Chúng ta cũng có thể nhớ đến những sớ thịt màu đỏ bên trong, mùi khét thịt cháy, và mùi hôi thối kinh khủng từ sự thối rữa của những tế bào chết in chỗ thịt bị cháy bỏng đó.

Ngay cả khi chỗ bị bỏng ấy được lành, cũng vẫn để lại những vết sẹo xấu xí. Với những vết sẹo như vậy, hầu hết người ta đều gặp khó khăn trong việc tiếp xúc với người khác. Đôi khi ngay cả những người thân trong gia đình nạn nhân cũng cảm thấy không thể ăn chung với người. Trong thời gian điều trị, người bệnh có thể không chịu nổi với sự cạo rửa chỗ thịt cháy, trong trường hợp xấu nhất, người bệnh có thể rối loạn tâm trí hoặc tự sát vì cảm giác ngột ngạt và đau đớn có liên quan trong tiến trình điều trị. Nếu đứa trẻ phải khốn khổ với vết bỏng, lòng cha mẹ nó cũng thấy đau đớn như vậy.

Song, vết bỏng nặng nhất ở đời nầy cũng không thể sánh với những hình phạt trên những linh hồn không được cứu của những con trẻ mới biết đi ở địa ngục, những hình phạt ấy cứ diễn ra lặp đi lặp lại không dứt. Mức độ đau đớn và tàn khốc mà những hình phạt giáng lên giáng lên những con trẻ đó ở địa ngục thật ngoài sức suy tưởng của chúng ta.

Không nơi trốn thoát để khỏi những hình phạt tái diễn

Bọn trẻ cứ chạy lăng xăng để trốn mặt những sứ giả địa ngục trong khi chúng cứ bị những kẻ nầy rượt đuổi bằng đinh ba, rồi lại rơi xuống hố nước sôi từ ngõ cụt nơi vách đá. Chúng bị ngập mình trong nước sôi. Nước sôi ấy cứ dính vào người như một chất dẻo dung nham và có mùi hôi thối. Hơn nữa, nước sôi kinh tởm và nhớp nháp đó lại cứ chui vào mũi và miệng tong khi chúng cố vùng vẫy để ra khỏi hồ nước sôi ấy. Cho dù vết bỏng ở thế gian nầy có nặng đến mức nào, cũng không sao sánh được với sự nầy!

Những con trẻ nầy đều không bị làm cho ngu đần mặc dù chúng liên tục bị dày vò không ngừng nghỉ. Chúng cũng không thể hóa điên, ngất xỉu để không nhớ hãy trở nên lãng quên cơn đau đớn thậm chí trong một lúc, hoặc tự sát để tránh đi nỗi đau ở địa ngục. Thật đáng thương tâm biết bao!

Ấy là những gì các con trẻ từ ba đến năm tuổi phải chịu khổ hình đau đớn đến tột cùng ở Hạ Tầng Âm Phủ vì tội lỗi chúng. Bấy giờ chúng ta có thể hình dung ra các loại và mức độ hình phạt dành cho những kẻ lớn tuổi hơn trong những nơi khác ở địa ngục chăng?

Những Trẻ từ Sáu đến Mười Hai Tuổi

Con trẻ từ sáu đến mười hai tuổi sẽ phải chịu những hình phạt nào ở Hạ Tầng Âm Phủ?

Bị chôn vùi trong sông huyết

Từ buổi sáng thế, có vô số những linh hồn không được cứu đã đổ huyết trong những cuộc hành hạ kinh khiếp ở Hạ Tầng Âm Phủ. Huyết họ đã đổ ra đến bao nhiêu đặc biệt đối với những người được phục hồi lại chân tay và ngay sau đó bị cắt đi?

Lượng huyết họ đổ ra đủ để tạo ra một dòng sông vì hình phạt của họ cứ lặp lại không dứt không kể đến việc huyết họ đã đổ ra là bao nhiêu. Thậm chí ở thế gian nầy, sau một cuộc chiến hoặc một cuộc thảm sát lớn, huyết người ta có thể tạo ra một ao hay một suối nhỏ. Trong trường hợp nầy, không khí sẽ đầy mùi hôi thối bốc ra từ sự thối rữa của huyết. Vào những ngày hè, mùi ấy càng tệ hại hơn, rồi đủ thứ con trùng nguy hiểm và những bệnh truyền nhiễm đã trở thành bệnh dịch.

Ở Hạ Tầng Âm Phủ, không phải chỉ là một ao hay một suối nhỏ mà là một dòng sông huyết rộng và sâu. Con trẻ từ sáu đến mười hai tuổi bị hình phạt ở bờ sông nầy rồi bị chôn ở đó. Tội càng nặng, chúng càng phải chịu phạt càng gần sông hơn và bị chôn càng sâu hơn.

Đào bới dưới lòng đất

Những con trẻ ở xa sông huyết, không bị chôn trong đất. Tuy nhiên, chúng cảm thấy đói đến nỗi liên tục đào bới trong đất chai cứng với tay trần của mình để tìm cái ăn. Chúng có tìm trong tuyệt vọng cho đến khi hết thảy móng đều rụng và ngón đều cụt ngủn. Những ngón tay chúng mòn chỉ còn một nửa và đẫm máu. Ngay cả xương ngón tay cũng lộ ra. Dần dần, lòng bàn tay chúng cũng mòn như các ngón tay. Song, bất chấp sự đau đớn nầy, các con trẻ ấy buộc phải đào bới trong hy vọng mong manh sẽ tìm thấy cái để ăn.

Khi càng đến gần dòng sông, chúng ta có thể dễ dàng nhận thấy sự xấu xa của bọn trẻ càng hơn. Những bọn trẻ càng xấu xa, chúng càng bị đặt vào chỗ càng gần với dòng sông hơn. Thậm chí chúng còn đánh nhau, cắn đứt thịt nhau trong cơn đói dữ dội đương lúc bị chôn ngang thắt lưng trong lòng đất.

Bọn trẻ xấu xa nhất bị hình phạt ngay bên bờ sông và bị chôn vùi trong đất đến ngang cổ. Con người ở đời nầy sẽ chết dần nếu họ bị chôn tron đất đến ngang cổ, vì máu không thể lưu thông qua cơ thể được. Song, thực tế không có sự chết chỉ nói lên rằng một nỗi đau đớn bất tận dành cho những linh hồn không được cứu phải chịu hình phạt ở địa ngục.

Chúng khốn đốn với mùi hôi thối của dòng sông. Hết thảy những côn trùng độc hại như ruồi, muỗi từ dòng sông cắn vào mặt các con trẻ song chúng không thể làm gì được với những côn trùng ấy vì đã bị chôn vùi trong đất. Cuối cùng, mặt chúng sưng phồng lên đến mức không thể nhận biết được nữa.

Những con trẻ khốn khổ: đồ chơi của những sứ giả địa ngục

Đây chưa phải là nỗi khốn khổ cuối cùng của những con trẻ ấy. Chúng có thể bị vỡ màng tai vì những tiếng cười lớn của các sứ giả địa ngục khi chúng nghỉ ngơi tại bờ sông, chúng cười giỡn và chuyện trò cùng nhau. Khi những sứ giả địa ngục nghỉ ngơi, chúng cũng thích giẫm đạp hoặc ngồi lên đầu các con trẻ đang bị chôn trong đất nầy.

Áo quần và giày của các sứ giả địa ngục được trang bị bằng các vật sắc nhọn. Vì thế, đầu và mặt của những con trẻ đều bị giập và rách nát ra, hoặc tóc chúng bị sứt ra từng miếng khi các sứ giả địa ngục giẫm đạp, hay ngồi lên đầu chúng. Hơn thế nữa, các sứ giả địa ngục cắt vào mặt bọn trẻ hay giẫm lên đầu chúng. Hình phạt nầy thật độc ác biết dường nào!

Chúng ta có thể tự hỏi rằng, "Có thể các con trẻ ở độ tuổi học sinh tiểu học lại có thể tự phạm tội để chịu những hình phạt độc ác như vậy sao?" Các con trẻ nầy dù có nhỏ tuổi thế nào chăng nữa, chúng vẫn có nguyên tội và tội phạm cố ý. Trong thánh luật có công bố rằng "tiền công của tội lỗi là sự chết," ấy là điều áp dụng chung cho mọi người không kể đến tuổi tác.

Những Người Trẻ Tuổi đã Cười Nhạo Tiên Tri Êlisê

2 Các Vua 2:23-24 có mô tả lại cảnh Tiên Tri Êlisê đi từ Giêricô lên Bêtên. Đang đi dọc đường, có những trẻ con trai ở thành ra nhạo báng người, mà rằng: "Ớ lão trọc hãy lên!" Không chịu nổi, cuối cùng Tiên tri đã quay lại rủa sả bọn trẻ đó. Hai con gấu cái liền ra khỏi rừng "cấu xé bốn mươi hai đứa" trong bọn chúng. Chúng ta nghĩ điều gì sẽ xảy đến với bốn mươi hai đứa trẻ ấy ở Hạ Tầng Âm Phủ?

Bị chôn ngang cổ

Hai gấu cái cấu xé bốn mươi hai đứa trẻ. Vậy chúng ta có thể nghĩ rằng có bao nhiêu đứa đã hùa theo bọn chúng mà nhạo báng Tiên Tri. Êlisê là một nhà tiên tri người đã thực hiện nhiều công việc quyền phép của Đức Chúa Trời. Ắt hẳn người sẽ chẳng phải rủa sả bọn trẻ ấy nếu chúng nhạo báng người chỉ vài lời.

Chúng cứ bám theo người mà nhạo báng rằng, "Ớ lão trọc hãy lên!" Vả lại, chúng cứ ném đá vào người, cũng dùng gậy để chọc vào người nữa. Lúc đầu, Tiên tri Êlisê ắt hẳn đã hết lòng quở trách chúng, song người đã rủa sả chúng chỉ vì chúng xấu xa đến mức không thể tha thứ được.

Sự việc bất ngờ đã xảy ra mấy ngàn năm trước khi mà lương tâm con người còn tốt đẹp hơn và sự ác chưa thắng thế như trong thời đại chúng ta. Những đứa trẻ ấy ắt đã đủ gian ác để nhạo báng và giễu cợt một tiên tri lớn tuổi như Êlisê, người đã thực hiện nhiều công việc đầy quyền phép của Đức Chúa Trời.

Ở Hạ Tầng Âm Phủ, những đứa trẻ này bị hình phạt gần nơi bờ sông huyết đương khi bị chôn đến ngang cổ. Chúng ngạt thở với mùi hôi thối vô cùng từ dòng sông, và bị đủ thứ côn trùng độc hại cắn đốt. Thêm vào đó, chúng còn bị những sứ giả địa ngục hành hạ cách tàn bạo.

Cha mẹ phải dạy dỗ con cái mình

Trẻ con trong thời đại chúng ta ăn ở như thế nào? Một số bạc đãi với bạn bè, lấy tiền, đánh đập, thậm chí còn dùng tàn thuốc lá để đốt – mọi việc chỉ vì không thích chúng. Một số trẻ con phạm tội tự sát vì cớ chúng không còn chịu nổi với những sự quấy rầy độc ác cứ tái diễn như vậy. Những bọn trẻ khác lập nên những băng đảng trong khi mới chỉ là học sinh tiểu học, thậm chí còn giết người, bắt chước những kẻ tội phạm khét tiếng.

Vậy nên, các bậc cha mẹ phải biết nuôi dạy con cái trong

đường lối có thể ngăn chặn việc làm theo đời nầy mà thay vì hướng chúng đến việc phát triển đời sống trung tín, kính sợ Đức Chúa Trời. Thật sẽ phải hối tiếc biết bao nếu chúng ta vào thiên đàng mà nhìn thấy con cái mình bị hành hạ ở địa ngục! Chỉ nghĩ như vậy, đã cảm thấy rùng rợn vô cùng.

Vậy, chúng ta hãy nuôi dạy con cái yêu dấu quý của mình để chúng sống trong đức tin hợp với lẽ thật. Ví dụ, hãy dạy con cái mình chớ nói chuyện hoặc chạy nhảy lung tung đương lúc thờ phượng, bèn là hết lòng, hết trí, hết linh hồn mà cầu nguyện và ngợi khen Chúa. Ngay cả những con trẻ còn ẵm ngửa, chưa hiểu mẹ mình nói gì, song vẫn ngủ ngon đương lúc thờ phượng khi các bà mẹ cầu nguyện và nuôi dạy chúng trong đức tin. Những đứa trẻ nầy cũng sẽ được phần thưởng trên thiên đàng.

Con trẻ lên ba hay bốn tuổi có thể thờ phượng Chúa và cầu nguyện khi cha mẹ dạy dỗ chúng và khiến trở thành thói quen. Tùy vào độ tuổi mà sự sâu nhiệm của lời cầu nguyện cũng khác nhau. Cha mẹ có thể dạy con cái mình dần dần tăng thời gian cầu nguyện theo từng lúc. Ví dụ, từ năm đến 10 phút, đến 30 phút, đến một giờ, v.v...

Tuy nhiên những con trẻ nầy sẽ có thể, khi cha mẹ đem lời Chúa dạy dỗ chúng tùy theo độ tuổi và sức lĩnh hội, để khai sáng hầu cho chúng có thể sống theo lẽ thật ấy, con trẻ sẽ thường cố gắng chăm chỉ hơn để gắn bó với lời Chúa, và cư xử đẹp lòng Ngài. Chúng cũng sẽ ăn năn và và xưng tội trong nước mắt khi Đức Thánh Linh đồng hành với chúng. Tôi nài khuyên anh chị em hãy dạy dỗ con cái mình một cách rõ ràng hầu cho chúng có thể biết rõ về Chúa Jêsus Christ và dẫn dắt chúng trưởng thành trong đức tin.

Chương 5

Những Hình Phạt Đối Với Những Người Chết Sau Tuổi Dậy Thì

Mức Hình Phạt Thứ Nhất
Mức Hình Phạt Thứ Hai
Hình Phạt Giáng Trên Pharaôn
Mức Hình Phạt Thứ Ba
Hình Phạt Giáng Trên Bôntê Philát
Hình Phạt Giáng Trên Saulơ Vị Vua Đầu Tiên Isơraên
Mức Hình Phạt Thứ Tư Giáng Trên Giuđa Íchcariốt

"Sự sang trọng với tiếng đàn cầm của ngươi đều xuống nơi Âm phủ. Một lớp dòi làm nệm cho ngươi, sâu bọ thì làm mền!"
(Ê-sai 14:11)

"Mây tan ra và đi mất thể nào, Kẻ xuống âm phủ không hề trở lên, cũng thể ấy."
(Gióp 7:9)

Hễ ai vào được thiên đàng sẽ được những phần thưởng và vinh quang khác nhau tùy theo việc làm của họ trong đời nầy. Ngược lại, ở Hạ Tầng Âm Phủ, người ta sẽ phải chịu những hình phạt khác nhau tùy theo những việc làm gian ác mà họ đã làm ở đời nầy. Người ta ở địa ngục phải khốn khổ với những cơn đau đớn chẳng hề dứt, và tính dữ dội của những cơn đau đớn ấy đối với từng người là khác nhau tùy vào việc làm của từng người khi còn ở thế gian. Con người hoặc vào thiên đàng hay sa xuống địa ngục sẽ gặt lấy những gì do chính mình gieo ra.

Càng phạm nhiều tội, người ta càng phải sa xuống tầng địa ngục sâu hơn, tội càng nặng, người ta càng phải chịu đau đớn nhiều hơn ở địa ngục. Tùy theo mức độ mà người ta trái ngược với tấm lòng của Chúa – nói cách khác, người ta giống với bản chất tội lỗi của Luciphe bao nhiêu thì sẽ phải chịu hình phạt tương xứng như vậy.

Ga-la-ti 6:7-8 khuyên chúng ta rằng, *"Chớ để mình bị lừa dối, Đức Chúa Trời không chịu khinh dể đâu; vì ai gieo giống chi, lại gặt giống ấy. Kẻ gieo cho xác thịt, sẽ bởi xác thịt mà gặt sự hư nát; song kẻ gieo cho Thánh Linh, sẽ bởi Thánh Linh mà gặt lấy sự sống đời đời."* Theo cách xử sự nầy, người ta sẽ chắc chắn gặt lấy những gì do mình gieo ra.

Những người chết sau tuổi dậy thì sẽ chịu những hình phạt nào ở Hạ Tầng Âm Phủ? Trong chương nầy, chúng ta sẽ nói đến bốn cấp độ hình phạt sẽ giáng lên những linh hồn tùy theo việc họ đã làm trong đời nầy. Về chú giải bên lề, xin hiểu rằng tôi không thể minh họa bằng biểu tượng vì e rằng sẽ khiến chúng ta cảm thấy kinh hãi thêm.

Mức Hình Phạt Thứ Nhất

Một số linh hồn bị ép phải đứng trên cát có sức nóng gấp bảy lần sức nóng của cát ở bãi biển hay sa mạc trên đất nầy. Họ không thể tránh khỏi sự khốn đốn ấy vì cớ họ bị kẹt trong giữa sa mạc rộng lớn.

Có bao giờ chúng ta đi chân trần trên cát nóng bỏng trong những ngày hè chưa? Nếu vậy, chúng ta không thể chịu nổi với cái nóng trong vòng năm đến mười phút. Cát ở những vùng nhiệt đới lại càng nóng hơn. Nhưng cát ở Hạ Tầng Âm Phủ nóng hơn gấp bảy lần so với cát ở nơi nóng nhất trên đất nầy.

Trong chuyến hành hương về Đất Thánh, thay vì đi bằng tàu điện, tôi thử chạy trên con đường trải nhựa đến vùng Biển Chết. Tôi bắt đầu chạy nhanh cùng hai người du hành khác cùng chuyến đi với tôi. Lúc đầu, chẳng thấy đau đớn gì, song khi chạy được nửa đường, tôi cảm thấy nóng bỏng cả hai lòng bàn chân. Mặc dù muốn thoát khỏi sự khốn đốn nầy, nhưng chẳng biết làm cách nào; cả hai bên đường đều là ruộng cát nóng bỏng.

Chúng tôi chạy đến cuối con đường để kết thúc cuộc chạy, tại đây chúng tôi có thể nhúng và làm ước đôi chân của mình trong nước mát lạnh của một hồ bơi bên cạnh. May thay, chẳng một ai trong chúng tôi bị bỏng. Cuộc chạy bộ nầy chỉ kéo dài khoảng mười phút, song cũng đủ khiến chúng tôi cảm thấy đau không chịu nổi. Vậy, hãy hình dung người ta sẽ bị ép phải đứng đời đời trên cát mà sức nóng của nó gấp bảy lần so với cát ở nơi nóng nhất trên đất nầy. Bất chấp sức nóng không chịu nổi đó, chẳng hề có thể nào làm giảm bớt hoặc kết thúc hình phạt ấy. Song đây chỉ là hình phạt nhẹ nhất ở Hạ Tầng Âm Phủ.

Có một linh hồn nọ bị hành hạ theo một cách khác. Người ấy bị ép phải nằm trên một khối lá nặng đã được nung đỏ, rồi chịu hình phạt quay tròn liên tục không ngừng nghỉ. Cảnh tượng như nướng thịt trên vỉ lò. Ngay sau đó, một khối đá nung đỏ khác lại rơi ngay trên mình người ấy, làm tan nát mọi thứ trong đó. Hãy thiết tưởng đến việc chúng ta ủi quần áo: chiếc bàn để ủi là tảng đá mà chúng ta đặt quần áo lên – linh hồn bị đoán phạt, và chiếc bàn ủi là tảng đá thứ hai áp xuống quần áo ấy.

Sức nóng là một phần của sự đau đớn; những bộ phận của cơ thể bị đè nát là hoàn toàn khác. Các chân tay bị nghiền nát bởi sức nén giữa hai khối đá. Sức mạnh của nó đủ làm vỡ xương sườn cùng các bộ phận nội tạng. Khi sọ của người ấy bị ép, nhãn cầu mắt anh ta lòi ra và hết thảy nước trong sọ đều vọt ra ngoài.

Làm có thể tả được cảnh khốn khổ nầy? Cho dù anh ta chỉ là một linh hồn không có thân thể xác thịt, người ấy vẫn cảm thấy đau đớn tột cùng như cách mà anh ta cảm nhận ở đời nầy. Anh ta trong cơn đau đớn không dứt. Cùng với những tiếng la hét nhói tai của những linh hồn khác đang bị hành hạ, linh hồn nầy bị rơi vào nỗi sợ hãi và kinh hoàng của mình, than khóc và kêu gào rằng, "Làm sao tôi có thể thoát khỏi nỗi khốn cùng nầy?"

Mức Hình Phạt Thứ Hai

Qua câu chuyện người nhà giàu và Laxarơ trong Luca 16:19-31, chúng ta có cái nhìn thoáng qua về cảnh khốn cùng của Hạ Tầng Âm Phủ. Bởi quyền năng của Thánh Linh, tôi có nghe sự than khóc của một người đang bị hành hạ. Qua việc lắng nghe những lời thú nhận sau, tôi cầu nguyện hầu cho anh em hãy tỉnh thức khỏi tình trạng ngủ mê thuộc linh của mình.

Tôi bị kéo lê từ nơi nầy đến nơi khác
song chẳng có sự cuối cùng.
Tôi chạy hoài song chẳng đi đến đâu.

Chẳng tìm ra nơi nào để trốn.
Da tôi bị trầy tróc,
ở đây đầy những mùi hôi thối tột độ.
Côn trùng gặm rỉa da thịt tôi.
Tôi cố sức chạy thoát khỏi chúng,
song lúc nào tôi cũng chỉ thấy mình ở nguyên chỗ cũ.
Chúng cứ gặm nhấm và ăn nuốt da thịt tôi;
chúng uống máu tôi.
Tôi run rẩy trong cơn sợ hãi kinh hoàng.
Tôi phải làm gì?

Tôi xin Ngài hãy làm ơn,
cho mọi người biết những gì đã xảy ra với tôi.
Nói với họ về nỗi khốn khổ của tôi
hầu cho họ sẽ không phải đến nơi nầy.
Tôi thật chẳng biết làm gì.
Dưới con sợ hãi và kinh hoàng tột cùng nầy,
tôi chỉ còn biết kêu gào.
Thật vô ích để tìm nơi trú ẩn.
Chúng cấu xé lưng tôi.
Chúng cắn vào tay tôi.
Chúng lột da tôi.
Chúng ăn nuốt những cơ bắp tôi.
Chúng hút máu tôi.
Cho đến chừng nào sự nầy qua đi,
tôi sẽ bị ném vào hồ lửa.
Tôi có thể làm gì?
Tôi phải làm gì?

Mặc dù không tin Chúa Jêsus là Cứu Chúa của mình,
Tôi tưởng rằng mình là người có lương tâm tốt đẹp.

Cho đến bị ném xuống Hạ Tầng Âm Phủ,
tôi chẳng hề biết rằng mình đã phạm nhiều tội đến vậy!
Bấy giờ, tôi chỉ còn biết hối tiếc hoài
về những việc mình đã làm.
Xin hãy đảm bảo rằng,
sẽ chẳng có thêm một người nào giống tôi.
Nhiều người ở đây, đương khi còn sống,
mặc dù có cuộc sống thiện lành.
Song, hết thảy họ đều ở đây.
Nhiều người công bố đức tin
và mặc dù đã từng sống
theo ý của Đức Chúa Trời cũng đang ở đây,
và họ bị hành hạ tàn bạo hơn tôi.

Ước gì tôi có thể ngắt đi để nỗi khốn khổ
cho dù chỉ trong một lúc, song không thể được.
Cho dù nhắm mắt lại, tôi cũng chẳng thể nghỉ yên.
Khi tôi mở mắt,
chẳng thể nhìn thấy được gì, không có gì hiện hữu.
Trong khi tiếp tục chạy thoát đến một nơi nào đó,
tôi thấy mình cứ vẫn còn nguyên chỗ cũ.
Tôi có thể làm gì?
Tôi phải làm gì?
Tôi xin anh, hãy chắc rằng
sẽ không một ai khác
đi theo bước chân tôi!

So với nhiều người khác ở Hạ Tầng Âm Phủ, linh hồn nầy là một người khá nhân lành. Ông ta nài xin Chúa cho mọi người biết về những gì đang xảy đến với mình. Thậm chí trong cơn khốn khổ tột cùng, ông ta lo lắng về những linh hồn sẽ phải vào nơi nầy. Theo cách mà người giàu nài xin cho anh em mình để được cảnh báo hầu cho họ khỏi phải "cũng đến nơi khổ hình nầy," linh hồn nầy cũng nài xin Chúa như vậy (Lu-ca 16).

Song, những kẻ sa vào mức hình phạt thứ ba và thứ tư ở Hạ Tầng Âm Phủ thì chẳng hề có loại nhân lành nầy. Thế nên, họ thách thức Chúa và đổ lỗi cho những kẻ khác một cách không thương xót.

Hình Phạt Giáng Trên Pharaôn

Pharaôn, hoàng đế Ai Cập, kẻ chống đối Môise, phải nhận mức hình phạt thứ hai, song mức độ của nó gần với mức hình phạt thứ ba.

Pharaôn đã làm những điều độc ác nào trong thế gian mà phải xứng với hình phạt nầy? Tại sao ông ta phải bị đưa xuống Hạ Tầng Âm Phủ?

Khi người Ysơraên bị áp bức trong địa vị người nô lệ, Môise được Đức Chúa Trời kêu gọi để dẫn dân sự Ngài ra khỏi xứ Ai Cập và đưa họ đến Miền Đất Hứa xứ Canaa. Môise đến cùng Pharaôn để báo cho người biết rằng hãy thả người Ysơraên ra khỏi xứ Ai Cập. Dầu vậy, hiểu được giá trị của lực lượng lao động của người Ysơraên, Pharaôn đã từ chối không cho họ đi.

Qua Môise, Đức Chúa Trời đã giáng xuống Pharaôn mười tai họa, lên đất nước và đồng bào của ông. Nước sông Nin hóa máu. Ếch nhái, ruồi muỗi, phủ kín cả đất. Thêm vào đó, Pharaôn và dân sự người cũng khốn đốn với bệnh dịch của bầy súc vật, bệnh dịch ung nhọt, mưa đá, châu chấu, và sự tối tăm. Mỗi khi phải khốn đốn với một tai họa nào, Pharaôn hứa cùng Môise rằng sẽ để cho người Ysơraên rời khỏi Ai Cập, chỉ nhằm ngăn ngừa thảm họa lớn hơn. Song, Pharaôn đã không giữ lời hứa và đã tục cứng lòng, sau mỗi lần môise cầu nguyện với Đức Chúa Trời, thì cất tai họa chết người ấy ra khỏi xứ. Cuối cùng, chỉ đến khi mọi con trai đầu lòng của xứ Ai Cập từ kẻ thừa tự đến con trai đầu lòng của những kẻ nô lệ, cũng như con đầu lòng của súc vật đều bị chết, bấy giờ Pharaôn mới để cho người Ysơraên ra đi.

Tuy nhiên, ngay sau tai họa cuối cùng, Pharaôn một lần nữa lại đổi ý. Ông cùng binh lính mình truy đuổi theo người Ysơraên, lúc nầy họ đang hạ trại gần Biển Đỏ. Thấy vậy, họ hoảng sợ mà kêu cầu cùng Đức Chúa Trời. Môise giơ gậy lên và đưa tay ra phía Biển Đỏ. Một phép lạ liền xảy ra. Biển Đỏ rẽ đôi dưới quyền phép Đức Chúa Trời. Người Ysơraên vượt Biển Đỏ như trên đất khô và người Ai Cập đuổi theo họ vào sâu trong Biển. Khi từ phía bên kia bờ Biển Đỏ, Môise một lần nữa đưa tay ra, *"Nước trở lại bao phủ binh xa, lính kỵ của cả đạo binh Pharaôn đã theo dân Ysơraên xuống biển, chẳng còn sót lại một ai"* (Xuất Ê-díp-tô 14:28).

Trong Kinh Thánh, nhiều vua dân ngoại có bản tính thiện lành cũng tin và thờ phượng Đức Chúa Trời. Song, Pharaôn đã cứng lòng, mặc dã mười lần chứng kiến quyền phép Đức Chúa Trời. Để rồi cuối cùng người đã phải sa vào nhiều tai họa như chết kẻ thừa kế ngai vị, sự hủy diệt quân lính của người, cảnh cơ cực của nước nhà.

Ngày nay, người ta nghe nói về Đức Chúa Trời toàn năng và trực tiếp chứng kiến quyền phép của Ngài. Dầu vậy, họ tự làm cứng lòng mình cách mà Pharaôn đã từng. Họ chẳng tin nhận Chúa Jêsus làm Cứu Chúa cho mình. Hơn thế nữa, họ chẳng chịu ăn năn tội lỗi mình. Điều gì sẽ xảy đến nếu họ cứ tiếp tục cách sống như vậy? Kết cuộc, họ sẽ phải nhận cùng mức độ hình phạt như Pharaôn ở Hạ Tầng Âm Phủ.

Điều gì xảy đến với Pharaôn ở Hạ Tầng Âm Phủ?

Pharaôn bị nhốt trong nước thải

Pharaôn bị nhốt trong một ao nước thải, nồng nặc mùi hôi thối. Người ông bị buộc chặt trong hồ, ông không thể di chuyển được. Cũng có những linh hồn đồng tội cùng bị nhốt ở đây với ông.

Dù là một hoàng đế khi còn ở thế gian, song chẳng vì thế mà ông được cư xử khá hơn ở Hạ Tầng Âm Phủ. Song, vì ông từng có địa vị quyền lực, kêu ngạo, được những kẻ khác hầu hạ, và sống dư dật, những sứ giả địa ngục nhạo báng và hành hạ ông thậm chí còn tàn bạo hơn.

Ao mà Pharaôn bị nhốt vào không chỉ có chứa nước thải. Có bao giờ chúng ta thấy xác chết thối rữa và ô uế trong nước thải ở cống chưa? Còn những nơi bến cảng nơi tàu thuyền neo đậu thì sao? Những nơi như vậy đầy những mùi xăng dầu, rác rưởi, và hôi thối. Dường như chẳng ai có thể sống nổi ở những môi trường như vậy. Nếu nhúng ngón tay vào trong ấy, chúng ta e rằng ngón tay mình bị ô uế bởi thứ nước kinh tởm đó.

Pharaôn thấy mình bị giam cầm trong nơi nầy. Vả lại, ở chứa đầy những côn trùng gớm ghiếc. Chúng giống những con giòi song to lớn hơn nhiều.

Côn trùng cắn rỉa những phần mềm của cơ thể

Những côn trùng nầy tiến đến những linh hồn bị giam cầm trong hồ, trước hết, chúng bắt đầu gặm rỉa những chỗ mềm hơn trong cơ thể. Chúng ăn mòn mắt, rồi qua hốc mắt, các côn trùng chui vào sọ và bắt đầu gặm rỉa não bộ. Chúng ta có hình dung được nỗi đau đớn nầy chăng? Cuối cùng, chúng gặm rỉa mọi thứ từ đầu đến chân. Chúng ta sẽ lấy gì để so sánh với nỗi đau đớn nầy?

Khi bụi rơi vào mắt, chúng ta cảm thấy đau đớn như thế nào? Khi bị côn trùng gặm rỉa mắt, người ta sẽ cảm thấy đau đớn hơn biết bao nhiêu? Chúng ta có nghĩ rằng mình có thể chịu nổi khi những côn trùng nầy đào xới khắp cả người mình chăng?

Bấy giờ, hảy giả giả sử có một mũi kim trượt qua dưới các đầu móng tay hoặc giả đâm vào đầu ngón tay mình. Những côn trùng nầy tiếp tục lột da và dần dần gặm rỉa những cơ bắp cho đến chừng xương lộ ra. Những côn trùng nầy không dừng lại tại mu bàn tay. Chúng nhanh chóng di chuyển lên hai cánh tay và vai rồi xuống ngực, bụng, chân, và mông. Những linh hồn bị giam cầm phải gánh chịu nỗi khốn khổ và đau đớn cặp theo.

Các côn trùng liên tục gặm rỉa những bộ phận bên trong

Hầu hết phụ nữ đều hoảng sợ khi nhìn thấy giòi, đừng nói chi chạm đến chúng. Hãy hình dung rằng bấy giờ có nhiều côn trùng rùng rợn hơn và to hơn giòi đến châm chích vào những linh hồn bị kết án. Trước hết chúng chích vào cơ thể họ xuyên qua bụng. Kế đến, chúng bắt đầu gặm rỉa các bộ phận nội tạng đến ruột. Côn trùng hút chất lỏng trong não họ. Trong suốt thời gian đó, những linh hồn bị kết án không thể xua đuổi chúng, di chuyển chung quanh, hay chạy trốn khỏi những côn trùng dễ sợ nầy.

Đám côn trùng tiếp tục gặm rỉa thân thể họ từng chút, trong khi các linh hồn nhìn xem lũ côn trùng đục khoét, gặm rỉa. Nếu phải chịu thứ hình phạt nầy chỉ trong vòng mười phút, chúng ta sẽ hóa điên. Một trong những linh hồn bị kết án trong nơi khốn khổ nầy là Pharaôn, kẻ đã thách thức Đức Chúa Trời và đầy tớ Ngài là Môise. Người phải khốn đốn với nỗi đau đớn khổ sở nầy trong khi hoàn toàn tỉnh táo, trực tiếp nhìn xem và cảm nhận những bộ phận cơ thể mình đang bị gặm rỉa và đục khoét.

Sau khi bị côn trùng gặm rỉa cơ thể, có phải là đến lúc kết thúc sự hành hạ chăng? Chẳng phải vậy. Chỉ trong một lúc, những phần cơ thể bị gặm rỉa mất sẽ được hoàn toàn phục hồi, rồi đám côn trùng đổ xô trở lại linh hồn ấy để tiếp tục gặm rỉa. Việc nầy chẳng hề có sự ngừng nghỉ. Cơn đau không giảm bớt và người cũng chẳng quen chụi – cho nên người trở nên chết lặng – trước sự khổ hình.

Ấy là cách thế giới linh vận hành. Ở thiên đàng, nếu con cái Đức Chúa Trời ăn trái từ một cây nào đó, trái cây ấy liền được phục hồi. Tương tự, ở Hạ Tầng Âm Phủ, không kể bao nhiêu lần hoặc bao nhiêu côn trùng đã gặm rỉa các bộ phận con người, mọi bộ phận cơ thể người ta đều được phục hồi ngay sau khi nó bị phá hủy và tan vỡ.

Cho dù người ta sống lương thiện và có ý thức

Trong số những người lương thiện có một số không muốn tin nhận Chúa Jêsus và phúc âm. Bề ngoài, họ có vẻ thiện lành và đáng kính, song theo lẽ thật thì họ chẳng phải vậy.

Ga-la-ti 2:16 nhắc nhở chúng ta hãy *"Biết rằng con người được xưng công bình không phải việc tuân giữ kinh luật, nhưng vì tin vào Chúa Cứu Thế Jêsus, ngay chính chúng ta cũng đã tin vào Chúa Cứu Thế Jêsus để được xưng công bình nhờ đức tin nơi Chúa Cứu Thế, không phải nhờ các việc tuân giữ kinh luật, bởi vì không ai được xưng công bình nhờ các việc tuân giữ kinh luật."* Một người công bình là người được cứu nhờ danh Chúa Jêsus Christ. Chỉ như vậy, hết thảy tội lỗi người ấy mới được tha qua niềm tin của mình nơi Chúa Jêsus Christ. Vả lại, nếu tin nơi Chúa Jêsus Christ, người ta sẽ sẵn sàng làm theo lời Đức Chúa Trời.

Bất chấp nhiều chứng cứ về sự sáng tạo nên vũ trụ của Đức Chúa Trời cùng những điều kỳ diệu và quyền phép mà Ngài đã bày tỏ qua các đầy tớ của Ngài, nếu người ta vẫn chối bỏ Đức Chúa Trời toàn năng, thì họ chỉ là một thứ không có ra chi song là một con người xấu xa có lương tâm chai lì.

Từ nhận thức riêng, người ta có thể có một đời sống lương thiện. Dầu vậy, nếu vẫn tiếp tục chối bỏ Chúa Jêsus là Cứu Chúa của mình, thì người sẽ chẳng thể tránh khỏi sa vào hỏa ngục. Song, vì có cuộc sống tương đối nhân lành và lương thiện hơn những kẻ gian ác là những kẻ thỏa sức phạm tội theo ham muốn tội lỗi chúng, người ta sẽ chịu mức hình phạt thứ nhất hoặc thứ hai ở Hạ Tầng Âm Phủ.

Trong số những người chết mà chẳng hề có cơ hội để nghe về phúc âm, nếu không qua được cuộc phán xét lương tâm, hầu hết họ đều chịu mức hình phạt thứ nhất hoặc thứ hai. Và một linh hồn phải chịu mức hình phạt thứ ba hoặc thứ tư ở Hạ Tầng Âm Phủ, chúng ta có thể biết rằng, người ấy ắt hẳn đã phạm nhiều sự gian ác và xấu xa hơn những người khác.

Mức Hình Phạt Thứ Ba

Mức hình phạt thứ ba và thứ tư xứng cho những kẻ chống nghịch Đức Chúa Trời, có lương tâm đã chai lì, vu khống và phỉ báng Đức Thánh Linh, làm cản trở việc xây dựng và mở mang vương quốc Đức Chúa Trời. Vả lại, hễ ai cho rằng hội thánh của Đức Chúa Trời là "dị giáo" mà chẳng có chứng cứ vững vàng cũng sẽ chịu mức hình phạt thứ ba hoặc thứ tư.

Trước khi tìm hiểu sâu về mức hình phạt thứ ba ở Hạ Tầng Âm Phủ, chúng ta hãy xem qua những hình thức khổ hình khác nhau mà con người đã chịu.

Những khổ hình do con người tạo ra

Trong thời đại mà nhân quyền con người có nhiều ý nghĩa

kỳ lạ hơn chuyện thường ngày, vô số hình phạt hế xác, kể cả khổ hình và hành quyết, đã được nghĩ ra và thực hiện.

Ví dụ, Châu Âu thời Trung Đại, lính cai ngục đã đem tù nhân đến tầng hầm của tòa nhà để lấy cung. Dọc đường, tù nhân nhìn thấy những vết máu trên sàn nhà và trong phòng thì nhìn thấy nhiều dụng cụ tra tấn khác nhau. Anh ta nghe những tiếng la hét không chịu nổi vang ra khắp cả tòa nhà như đang nhấn chìm mình.

Một trong những phương pháp tra tấn thông thường nhất là đặt ngón tay hay ngón cân của người tù (hoặc một người sắp bị tra tấn) vào trong một chiếc khung kim loại nhỏ. Khung kim loại ấy siết chặt dần cho đến khi ngón tay và ngón chân của người ấy bị giập ra. Sau đó, từng chiếc móng tay và móng chân của người ấy bị nhổ ra khi cái khung kim loại này cứ siết lại dần từng chút.

Nếu sau đó người tù không nhận tội, anh ta sẽ bị treo lơ lửng, hai tay tréo ra phía sau và thân thể xoay tứ hướng. Trong sự khổ hình này, cơn đau được thêm lên, khi thân thể người tù được kéo lên cao rồi thả xuống nhiều nơi khác nhau trên đất. Kinh khủng nhất, một mảnh sắt nặng được buộc chặt vào mắt cá của tù nhân, trong khi anh ta còn đang bị treo lơ lửng trên không trung. Trọng lượng của mẩu sắt ấy đủ sức làm rách toạc hết thảy các cơ bắp và xương trong thân thể người ấy. Nếu người tù vẫn chưa nhận tội, những hình thức tra tấn khắc nghiệt và kinh hoàng hơn sẽ được mang ra áp dụng.

Tù nhân sẽ bị đặt ngồi trên một chiếc ghế được thiết kế đặc biệt cho việc tra tấn. Trên chỗ ngồi, lưng, và chân ghế được gắn đầy những chiếc ghim nhỏ và nhọn. Nhìn thấy những vật kinh khủng này, người tù sẽ cố chạy thoát thân, song kẻ cai ngục to khỏe hơn nhiều bắt anh ta phải trở lại chiếc ghế ấy. Từ đằng xa, người tù đã cảm thấy những chiếc đinh sắc nhọn đâm thấu vào cơ thể mình.

Một hình thức tra tấn khác là treo ngược kẻ bị tình nghi hoặc tù nhân. Sau một giờ, huyết áp anh ta tăng lên, các mạnh máu trong não vỡ tung, rồi máu não chảy ra qua mắt, mũi, và tai. Người ấy không thể nhìn thấy, ngửi và nghe được nữa. Đôi khi, lửa cũng được dùng để tù nhân phải phục tùng. Nhân viên coi ngục sẽ tiến đến người bị tình nghi với cây nến đang cháy trong tay. Anh ta sẽ mang ngọn nến đến đốt vào hai nách hoặc lòng bàn chân người bị tình nghi. Hai nách và hai lòng bàn chân sẽ bị bỏng, vì hai nách là chỗ dễ bị tổn thương nhất trong cơ thể trong khi đó hai lòng bàn chân là nơi cơn đau kéo dài hơn.

Những lúc khác, người bị tình nghi buộc phải mang ủng bằng thép đỏ vào đôi chân Trần của mình. Sau đó kẻ tra tấn giật ra từng miếng thịt non, hoặc cắt lưỡi, hay đốt miệng tù nhân bằng cái kẹp thép nung đỏ. Nếu người tù bị buộc tội chết, thì sẽ bị ném vào một chiếc khung giống như bánh xe, khung nầy được tạo ra nhằm phá hủy thân thể ra thành từng mảnh. which was designed to shatter a body into pieces. Sự xoay tròn nhanh đến mức xé toạc thân thể ra thành từng mảnh, trogn khi tù nhân văn còn đang sống và tỉnh táo. Thỉnh thoảng, họ bị bức tử bằng cách đổ chì nung chảy vào các lỗ mũi và lỗ tai.

Biết rằng mình không thể chịu nổi với những cơn đau đớn cực độ của sự khổ hình, nhiều tù nhân hối lộ mấy kẻ tra tấn và kẻ coi ngục để được chết nhanh hơn và không đau đớn.

Ấy là những phương pháp tra tấn được con người tạo ra. Một trí tưởng đơn giản cũng đủ khiến chúng ta kinh hồn. Vậy, chúng ta có thể đã biết rằng những khổ hình được thực hiện bởi những sứ giả địa ngục, những kẻ dưới quyền lãnh đạo khắt khe của Luciphe, sẽ còn đau đớn hơn nhiều so với bất kỳ những hình thức khổ hình nào do con người tạo ra. Những sứ giả địa ngục nầy đều chẳng có tình thương và chỉ vui sướng khi

103

nghe những tiếng kêu khóc trong hoảng loạn ở Hạ Tầng Âm Phủ. Chúng luôn cố nghĩ ra những kỹ thuật tra tấn thảm khốc và đau đớn hơn để giáng lên những linh hồn nầy.

Chúng ta có đủ sức để xuống địa ngục chăng? Chúng ta có đủ can đảm để nhìn thấy những người thân yêu, người nhà và bạn bè mình phải ở trong địa ngục chăng? Hết thảy Cơ Đốc Nhân phải nhận lãnh trách nhiệm rao giảng phúc âm và làm hết sức mình hầu cho có thể cứu thêm dù chỉ một linh hồn khỏi phải sa xuống địa ngục.

Vậy, cụ thể của mức hình phạt thứ ba là gì?

1) Sứ giả địa ngục mang những mặt nạ heo gớm ghiếc

Một linh hồn ở Hạ Tầng Âm Phủ bị buộc vào một cái cây, rồi người ấy bị xẻo từng miếng thịt nhỏ. Có lẽ chúng ta có thể so sánh điều nầy với việc cắt cá ra thành những lát mỏng của những bà nội trợ. Một sứ giả địa ngục mang một chiếc mặt nạ gớm ghiếc và kinh khủng chuẩn bị mọi thứ dụng cụ cần thiết cho công việc tra tấn. Những công cụ ấy gồm nhiều thứ dụng cụ khác nhau từ một chiếc dao găm nhỏ đến một cái búa. Sau đó tên sứ giả địa ngục mài những công cụ ấy lên đá. Những dụng cụ ấy không cần phải làm cho bén vì lưỡi của chúng luôn luôn sắc như lúc ban đầu. Thật ra hành động nầy là nhằm tăng thêm sự kinh hoàng của linh hồn đang chờ hành hạ.

Xẻo thịt bắt đầu từ những ngón tay

Khi linh hồn ấy nghe những tiếng va chan chát từ các công cụ, rồi những sứ giả địa ngục ấy tiến đến với một nụ cười sởn gai ốc, thật khiếp đảm và kinh hoàng biết bao!

'Dao ấy sẽ xẻo thịt tôi...
Búa ấy sẽ chặt đứt các chi thể tôi...
Tôi biết phải làm gì?
Làm sao tôi có thể chịu nổi?'

Sự ghê rợn đó hầu như làm nghẹt thở người. Linh hồn ấy liên tục tự nhắc nhở rằng mình đang bị buộc chặt vào một thân cây, không thể cử động được, và cảm thấy như chiếc dây thừng ấy đang xuyên thấu qua thân thể. Người ấy càng cố thoát khỏi cái cây đó, thì càng bị dây thừng ấy siết chặt hơn. Tên sứ giả địa ngục tiến lại rồi xẻo thịt, bắt đầu từ các ngón tay người. Một cục thịt đầy máu rơi xuống đất. Các móng tay người bị nhổ ra, ngay sau đó, các ngón tay cũng bị cắt. Kẻ đao phủ ấy xẻo thịt người từ các ngón tay, đến cổ tay, rồi đến vai người. Tất cả những gì còn lại là cánh tay trơ xương. Sau đó kẻ đao phủ chuyển xuống bắp chân và bắp đùi.

Cho đến chừng các cơ quan nội tạng phơi ra

Một sứ giả địa ngục bắt đầu mổ bụng người ấy. Khi các bộ phận lục phủ ngũ tạng phơi ra, kẻ đó giật lấy các bộ phận nầy rồi ném đi. Nó cũng dùng công cụ sắc bén để cắt các bộ phận khác.

Cho đến lúc nầy, linh hồn ấy vẫn tỉnh táo và nhìn xem toàn bộ quá trình đó: thịt của mình bị xẻo ra, ruột bị ném ra. Hãy hình dung rằng có ai trói chúng ta lại, cắt đi một phần cơ thể mình, bắt đầu từ mu bàn tay, từng chút, từng chút, mỗi chút bằng cỡ móng tay. Khi lưỡi dao vừa chạm đến chúng ta, thì máu liền chảy ra và nỗi khốn khổ bắt đầu, không có một ngôn từ nào có thể mô tả được nỗi kinh hoàng ấy. Ở Hạ Tầng Âm Phủ, khi người ta chịu mức hình phạt thứ ba, thì không chỉ một phần cơ thể, mà toàn bộ da từ đầu đến chân, cùng hết thảy ruột đều lần lượt bị lôi ra.

Một lần nữa hình ảnh về món cá sashimi, một khẩu phần cá tươi của người Nhật. Người đầu bếp chỉ đơn giản nhặt xương và da. Rồi thái thịt ra càng mỏng càng tốt. Đĩa cá được chuẩn bị theo hình thức một con cá sống. Con cá dường như còn sống và chúng ta có thể nhìn thấy chiếc mang của nó cử động. Người đầu bếp trong nhà hàng chẳng hề thương xót con cá vì nếu vậy, anh ta không thể làm được công việc của mình.

Xin hãy nhớ đến cha mẹ, người phối ngẫu, người thân, và bạn bè mình trong sự cầu nguyện. Nếu họ không được cứu mà phải sa vào địa ngục, họ sẽ phải vô cùng khốn đốn với sự khổ hình, phải bị lột da, cắt xương bởi những sứ giả địa ngục nhẫn tâm. Là Cơ Đốc Nhân, chúng ta phải có trách nhiệm rao truyền tin lành, vì vào Ngày Phán Xét, Đức Chúa Trời bắt chúng ta phải giải trình về bất kỳ người nào mà chúng ta không thể đưa họ về được với thiên đàng.

Đâm vào mắt người

Bấy giờ sứ giả địa ngục cầm một cái khoan thay vì cầm dao. Con người đáng thương ấy đã biết điều gì sẽ xảy đến với mình vì đây chẳng phải lần đầu người phải chịu như vậy, người đã chịu khổ hình như thế đến hàng trăm, hàng ngàn lần kể từ khi người bị đưa xuống Hạ Tầng Âm Phủ. Sứ giả địa ngục tiến lại, lấy khoang đâm sâu vào mắt người, rồi để cái khoan ấy trong hốc mắt sau một lúc. Người đáng thương ấy phải thấy kinh khủng như thế nào khi nhìn thấy chiếc khoan tiến đến mỗi lúc một gần thêm? Không có lời nào diễn tả được sự đau đớn gây ra bởi chiếc khoan đâm xuyên vào mắt.

Phải chăng đây là sự cuối cùng của sự khổ hình? Không. Khuôn mặt của người bị hành hạ vẫn còn. Sứ giả địa ngục bấy giờ cắt bỏ hai gò má, mũi và trán, và những phần còn lại trên khuôn mặt. Kẻ hành hạ ấy cũng không quên xẻo da từ các lỗ tai, môi và cổ của người bị hành hình. Cổ người bị xẻo khoét từng chút, rồi trở nên nhỏ dần cho đến khi bị gãy tách ra khỏi thân mình. Điều nầy kết thúc một phần của sự khổ hình, song sự kết thúc nầy chỉ báo hiệu một sự khởi đầu của chu trình khổ hình mới.

Người ta thậm chí không thể rên rĩ hay kêu khóc

Trong chốc lát, những phần cơ thể bị cắt mất lại được phục hồi, như thể chẳng có gì xảy ra. Trong khi cơ thể tự tái tạo, có một khoảnh khắc mà cơn đau đớn không còn nữa. Song, điều nầy chỉ nhắc nhở con người ấy về những sự khổ hình ác nghiệt hơn đang chờ đợi, rồi ngay sau đó, người bị hành hạ bắt đầu run lên trong nỗi kinh hoàng không kiềm chế được. Trong lúc đang chờ sự hành hạ, người lại nghe tiếng mài giũa công cụ nữa. Tên sứ giả địa ngục cứ liếc mắt nhìn kẻ bị hành hạ với nụ cười ghê rợn. Tên nầy đã sẵn sàng cho một chu trình hành hạ mới. Những trận khổ hình đau đớn cứ lặp đi lặp lại. Chúng ta có thể chịu nổi chăng? Không một bộ phận cơ thể nào của mình bị tê cứng đối với những công cụ khổ hình hay những cơn đau liên tục nầy. Càng bị hành hạ, người ta càng cảm thấy đau đớn.

Một kẻ tình nghi đang giam cầm hay một tù nhân đang sắp sửa bị hành hạ biết rằng những gì sắp xảy đến sẽ không còn lâu, song người ấy vẫn run sợ và rùng rợn trong nỗi sợ đang vây phủ người. Bấy giờ kẻ hành hạ mang mặt nạ heo gớm ghiếc tiến lại con người đáng thương với đủ thứ hung khí trong tay, làm cho chúng va vào nhau chan chát. Sự hành hạ sẽ lặp đi lặp lại không dứt: xẻo thịt, lôi các bộ phận nội tạng ra ngoài, đâm xuyên vào mắt, và nhiều thứ khác sẽ tiếp diễn.

Vậy nên, linh hồn ở Hạ Tầng Âm Phủ không thể kêu rên hoặc van xin kẻ đao phủ tha mạng sống, thương xót, bớt độc ác, hay bất kỳ điều gì. Tiếng kêu rên của những linh hồn khác, van xin lòng thương xót, cùng tiếng va chạm của những dụng cụ tra tấn vây quanh linh hồn. Ngay khi linh hồn nhìn thấy sứ giả địa ngục, thì liền tái mặt và đớ họng. Và lại, người ấy cũng đã biết rằng mình chẳng thoát khỏi cơn thống khổ cho đến chừng bị ném vào hồ lửa sau kỳ Phán Xét trước Ngai Trắng và Lớn vào ngày tận thế (Khải Huyền 20:11). Sự thật của sự ác nghiệt chỉ gia thêm vào cái đã sẵn có.

2) Hình phạt bơm phồng thân thể như quả bóng

Hễ ai có chút lương tâm đều cảm thấy tội lỗi ghi làm tổn thương đến người khác. Hoặc không kể đến người ta đã ghét một người nào đó như thế nào trong quá khứ, nếu sau nầy nhìn thấy người ấy đau khổ, cảm giác thương xót sẽ trỗi dậy trong khi lòng thù hận tiêu tan, ít nhất cũng trong một lúc.

Tuy nhiên, nếu lương tâm người ấy chai lì như thép đã luyện, người đó sẽ hoàn toàn thờ ơ trước nỗi đau của người khác, để đạt được mục tiêu của mình, anh ta sẵn sàng phạm đến những việc hung bạo và tàn ác nhaất.

Người ta bị đối xử như rác rưởi

Trong Chiến Tranh Thế Giới thứ II, tại Đức dưới chế độ độc tài của Đức Quốc Xã, Nhật, Ý, cùng nhiều nước khác, vô số con người còn đang sống đã bị bí mật đem sử dụng vào các cuộc thử nghiệm kinh hoàng thay cho chuột, thỏ, và những con thú khác đã từng được sử dụng.

Ví dụ, để biết được một thân thể khỏe mạnh sẽ phản ứng như thế nào, người ta sẽ chịu đựng trong bao lâu để chống chọi với những tác nhân độc hại, và những hiện tượng nào sẽ xảy ra kèm theo với nhiều loại bệnh, những tế bào ung thư cùng những loại vi rút khác đã được cấy ghép. Nhằm thu được những thông tin chính xác nhất, họ thường mổ trống bụng hoặc sọ của người đang còn sống. Để xác định một con người trung bình phản ứng như thế nào đối với cái nóng hoặc lạnh đến cực độ, làm cho nhiệt độ của một căn phòng giảm nhanh chóng hoặc làm tăng nhanh nhiệt độ của một côngtenơ chứa nước mà trong đó đối tượng đang bị nhốt.

Sau khi "đối tượng" đã phục vụ xong mục đích của họ, những người nầy bị bỏ chết trong sự đau đớn. Họ hầu như chẳng nghĩ đến sự quý báu hoặc nỗi thống khổ của những đối tượng nầy.

Thật độc ác và kinh khủng biết bao đối với nhiều tù nhân của cuộc chiến hoặc những kẻ bất lực khác đã trở thành đối tượng của những hành động khét tiếng nầy, nhìn xem những bộ phận cơ thể họ bị xẻo từng miếng, nghịch lại với ý chí họ thân thể bị đầu độc với nhiều tế bào hoặc tác nhân gây chết người, và tận mắt nhìn xem họ chết!

Dầu vậy, những linh hồn ở Hạ Tầng Âm Phủ phải đối mặt với nhiều cách trừng phạt ác nghiệt hơn bất kỳ một vụ thử nghiệm nào trên cơ thể sống mà con người đã từng nghĩ ra. Vì con người được tạo nên theo hình và ảnh tượng của Đức Chúa Trời, song cũng vì con người đã đánh mất phẩm cách và giá trị, những linh hồn nầy đã bị đối xử như rác rưởi hoặc thứ phế thải ở Hạ Tầng Âm Phủ.

Như chúng ta chẳng thương tiếc rác rưởi, những sứ giả địa ngục cũng chẳng hề có chút thương xót đối với những linh hồn nầy. Những kẻ đao phủ chẳng cảm thấy sai trái hay hối tiếc đối với những con người tội nghiệp ấy, và chẳng có một hình phạt nào khiến chúng thỏa lòng.

Những chiếc xương vỡ ra và da nổ tung

Những sứ giả địa ngục chỉ coi những con người tội nhgiệp ấy như những thứ đồ chơi. Chúng thổi cho căng phồng những thân hình ấy lên, rồi cùng nhau đá qua đá về.

Thật khó mà hình dung nổi cảnh tượng nầy: Làm sao để một hình thể con người dẹp và dài lại có thể bơm phồng lên như quả bóng? Điều gì sẽ xảy đến đối với những bộ phận bên trong?

Khi các cơ quan nội tạng và phổi được bơm đầy không khí, những xương sườn và xương sống để bảo vệ những cơ quan nầy bị vỡ tung từng cái một, từng bộ phận một. Tột đỉnh của việc nầy, ấy là nỗi đau liên tục và hết sức khắc nghiệt từ việc da bị căng ra.

Những sứ giả đại ngục chơi đùa với những thân thể căng phồng của những linh hồn không được nơi Hạ Tầng Âm Phủ, khi cảm thấy chán, chúng dùng thương nhọn đâm vào bụng những linh hồn nầy. Giống như cách một quả bóng được bơm đầy không khí bị nổ tung, máu và từng mảnh da của họ bị bị văng đi khắp nơi.

Tuy nhiên, chỉ trong chốc lát, thnâ thể của những linh hồn đều được phục hồi hoàn toàn rồi lại bị đặt vào vị trí ban đầu của hình phạt. Thật tàn nhẫn biết bao? Trong khi còn sống trên đất, những linh hồn nầy cũng được những người khác yêu thương, cũng được hưởng một vài loại pháp lý xã hội, hay ít nhất cũng có thể yêu sách những điều thuộc về nhân quyền cơ bản.

Tuy nhiên, một khi đã ở Hạ Tầng Âm Phủ, họ chẳng có quyền nào để yêu sách và bị đối xử như những viên sỏi trên đất; sự tồn tại của họ chẳng có giá trị gì.

Truyền Đạo 12:13-14 nhắc nhở chúng ta rằng:

> *Chúng ta hãy nghe lời kết của lý thuyết nầy: Khá kính sợ Đức Chúa Trời và giữ các điều răn Ngài; ấy là trọn phận sự của ngươi. Vì Đức Chúa Trời sẽ đem đoán xét các công việc, đến nỗi việc kín nhiệm hơn hết, hoặc thiện hoặc ác cũng vậy.*

Như vậy, theo sự đoán xét của Ngài, những linh hồn nầy đã bị thoái hóa trở thành những thứ đồ chơi dùng cho các sứ giả địa ngục.

Thế thì, chúng ta phải biết rằng nếu không làm tròn bổn phận của con người, ấy là kính sợ Đức Chúa Trời và vâng giữ hết thảy các điều răn Ngài, chúng ta sẽ không còn được thừa nhận là những linh hồn quý báu mang ảnh tượng của Đức Chúa Trời, mà chỉ là đối tượng của những hình phạt độc ác nhất ở Hạ Tầng Âm Phủ.

Hình Phạt Giáng Trên Bôntê Philát

Vào thời điểm cái chết của Chúa Jêsus xảy ra, Bôntê Philát là một thống đốc người La mã trong khu vực Giuđa, nay là xứ Phalétin. Từ ngày sa xuống Hạ Tầng Âm Phủ, ông đã nhận lấy mức hình phạt thứ ba, là hình phạt đánh đòn, vì sao Bôntê

Địa Ngục

Philát bị khổ hình?

Bất chấp việc hiểu biết về sự công chính của Chúa Jêsus

Vì Philát là viên thống đốc của xứ Giuđa, ông đã ra lệnh đóng đinh Chúa Jêsus. Với cương vị tổng trấn La mã, Philát chịu trách nhiệm cai quản toàn bộ khu vực xứ Giuđa, ông có rất nhiều do thám tại khắp các khu vực trong vùng làm việc cho ông. Do vậy, ông thừa biết về vô số những phép lạ mà Chúa Jêsus đã làm, sứ điệp thương yêu, sự chữa lành người bệnh, và sự giảng dạy về Đức Chúa Trời của Ngài, cùng những sự tương tự, vì Chúa Jêsus đã rao giảng phúc âm trên khắp cả vùng mà Ngài và Philát ở. Vả lại, từ những lời tường trình của do thám viên đệ trình lên, Philát kết luận Chúa Jêsus là một con người tốt và vô tội.

Hơn nữa, vì Philát biết rằng người ta cố giết Chúa Jêsus vì lòng ghen tị, ông đã tìm cách thả Ngài ra. Dẫu vậy, Philát cũng đoan chắc rằng nếu không để ý đến người Do thái thì sẽ lãnh hậu quả lớn về sự rối loạn công cộng nơi ông đang cai quản, ông đã kết án cho đem treo và đóng đinh Chúa Jêsus theo sự đòi hỏi của người Do thái. Nếu sự rối loạn xảy ra trong khu vực dưới phạm vi quyền lực pháp lý của ông, thì trách nhiệm nặng nề sẽ đe dọa đến mạng sống của ông.

Cuối cùng, với lương tâm hèn nhát của mình, Philát đã định lấy cho mình một nơi đến sau khi chết. Philát cũng bị hành hạ theo cách mà quân lính La mã đã quất Chúa Jêsus theo lệnh của Philát trước khi Ngài chịu thập hình, Philát cũng chịu nhận hình phạt giống như vậy: bị những sứ giả địa ngục đánh đập không ngừng nghỉ.

Philát bị đánh đập mỗi khi bị gọi tên

Ấy là cách mà Chúa Jêsus đã bị đánh đập. Chiếc roi da gồm có nhiều mảnh thép hoặc xương được gắn vào cuối chiếc roi dài. Mỗi cú đánh, chiếc roi quấn quanh thân người Chúa Jêsus, còn những mẩu xương hoặc kim loại ở cuối roi đâm thấu vào da thịt Ngài. Trong chốc lát, từ những vết thương chỗ bị roi đập vào, thịt bị lột ra, để lại những vết thương sâu và dài.

Cũng vậy, hễ khi nào người ta gọi tên Philát ở thế gian nầy, thì ở Hạ Tầng Âm Phủ các sứ giả địa ngục đánh đập hắn. Trong mỗi buổi thờ phượng, nhiều Cơ Đốc Nhân thường đọc bài Tín điều các Sứ đồ. Mỗi khi đến phần "chịu thương khó dưới tay Bôntê Philát" được đọc lên, thì ông ta liền bị đánh đập. Khi hàng trăm, hàng ngàn người đồng thanh đọc đến tên ông ta cùng một lúc, tốc độ các trận đòn và sức mạnh các ngọn roi cũng tăng lên cách đột ngột. Nhiều khi, những sứ giả địa ngục khác cũng xúm lại vây quanh Philát để hùa nhau đánh đập hắn ta.

Mặc dù thân thể Philát đã bị rách từng mảnh và đầy máu, những sứ giả địa ngục vẫn thi nhau đánh đập hắn. Trận roi vọt xé rách thịt Philát, phơi xương ra, và khoét đến tủy xương.

Ông ta bị cắt lưỡi vĩnh viễn

Trong lúc bị hành hạ, Philát liên tục la hét, Xin đừng gọi đến tên tôi! Mỗi lần bị gọi tên, tôi lại bị khốn khổ quá nhiều. Song chẳng một lời nào từ miệng ông ta được để ý đến. Lưỡi ông bị cắt đứt vì chính lưỡi nầy ông đã kết tội đóng đinh Chúa Jêsus. Khi đau đớn, sự kêu rên sẽ giúp người ta khuây khỏa ít nhiều. Đối với Philát, ngay cả điều như vậy cũng không được lựa chọn.

Có điều khác biệt dành cho Philát. Đối với những linh hồn bị đoán phạt khác ở Hạ Tầng Âm Phủ, khi những bộ phận trong thân thể bị khoét, xẻo mất, hoặc đốt cháy, những bộ phận đó sẽ tự phục hồi. Song, lưỡi của Philát bị mất vĩnh viễn như dấu của sự rủa sả. Cho dù Philát liên tục nài xin người ta đừng gọi đến tên hắn, thì nó vẫn phải bị gọi đến cho đến Ngày Phán Xét. Tên hắn càng bị nhắc tới, thì sự khốn khổ càng nặng nề hơn lại giáng xuống trên ông.

Philát cố ý phạm tội

Khi Philát giao Chúa Jêsus để đóng đinh, ông lấy nước rửa tay trước mặt thiên hạ, rồi nói rằng, *"Ta không có tội về huyết người nầy; điều đó mặc kệ các ngươi"* (Ma-thi-ơ 27:24). Người Do thái đáp lại cùng Philát cách liều lĩnh và dữ dội hơn bao giờ hết nhằm giết Chúa Jêsus, *"Xin huyết người đổ lại trên đầu chúng tôi và con cái chúng tôi!"* (Ma-thi-ơ 27:25)

Điều gì đã xảy ra đối với người Do thái sau khi Chúa Jêsus bị đóng đinh? Họ đã bị tàn sát khi thành Giêrusalem bị vây hãm và phá hủy dưới tay tướng lĩnh La mã Titớt vào năm 70 sau Công nguyên. Từ đó, họ bị tản lạc khắp nơi và bị áp bức nơi ngoại bang. Trong Thế Chiến Thứ II, họ bị ép buộc bằng vũ lực đến tái định cư tập trung đông đúc trong những lều trại tại Châu Âu, nơi mà hơn sáu triệu người Do thái bị giết trong phòng hơi ngạc bằng khí gas hoặc bị tàn sát cách hung bạo trong những trường hợp khác. Trong năm thập niên đầu với cương vị là một quốc gia độc lập sau năm 1948, quốc gia Ysơraên đã liên tục đối mặt với nhiều đe dọa, thù ghét, và sự chống có vũ trang của các nước láng giềng tại Trung Đông.

Mặc dù người Do thái đã phải nhận sự trừng phạt theo thể lời đề nghị của họ "Xin huyết người đổ lại trên đầu chúng tôi và con cái chúng tôi!" điều nầy không có nghĩa rằng hình phạt đối với Philát bằng cách nào đó cũng đã được giảm nhẹ. Philát đã phạm tội một cách cố tình. Ông ta có rất nhiều cơ hộ để không phạm tội, song, dù thế nào ông cũng phạm tội. Ngay cả vợ ông, sau khi được cảnh báo trong một giấc mơ, đã nài khuyên Philát chớ phạm đến mạng sống Chúa Jêsus. Không để ý đến lương tâm của mình và lời khuyên của vợ, Philát đã kết tội Chúa Jêsus cho bị đóng đinh. Hậu quả của nó, ông buộc phải nhận mức hình phạt thứ ba ở Hạ Tầng Âm Phủ.

Thậm chí ngày nay, nhiều người vẫn phạm tội cho dù biết rằng ấy là tội ác. Họ tiết lộ bí mật của người nầy cho người khác vì lợi ích riêng của mình. Ở Hạ Tầng Âm Phủ, mức hình phạt thứ ba sẽ giáng lên đầu những kẻ lập mưu hại người khác, làm chứng dối, vu khống, thành lập bè phái hay băng nhóm để sát hại hoặc gây tổn thương người khác, hành vi hèn nhát, phản bội người khác trong lúc gặp nguy nan hay đau khổ, hay những nghịch cảnh khác.

Đức Chúa Trời sẽ tra xét về mọi công việc

Như Philát rửa tay mình để phó huyết Chúa Jêsus vào tay người Do thái, một số người vin vào một hoàn cảnh hay điều kiện đặc biệt nào đó để đổ lỗi cho người khác. Tuy nhiên, trách nhiệm về tội lỗi của người ta vẫn còn trên chính họ people. Mỗi người đều có ý chí tự do, và không những có quyền đưa ra quyết định, mà còn sẽ phải chịu trách nhiệm về quyết định của mình. Ý chí tự do cho phép chúng ta có quyền giữa việc tin nhận hoặc không tin nhận Chúa Jêsus làm Cứu Chúa của mình, người ta có quyền lựa chọn giữa việc có nên giữ Ngày Chúa đặng làm nên ngày thánh hay không, có nên dâng trọn một phần mười cho Chúa hay không, cùng những việc tương tự. Dầu vậy, kết quả của việc lựa chọn được tỏ ra qua việc được vui hưởng hạnh phúc đời đời ở thiên đàng hay phải chịu hành phạt đời đời ở địa ngục.

Vả lại, kết quả của bất kỳ một quyết định nào mà chúng ta đã đưa ra, chúng ta mang lấy chính nó, chúng ta không thể đổ lỗi cho một ai khác về việc ấy. Vì vậy, chúng ta không thể nói, "tôi bỏ Chúa là do bố mẹ mình" hoặc "tôi không thể giữ trọn được Ngày Thánh hoặc dâng trọn phần mười cho Chúa vì nhà tôi." Nếu người ta có đức tin, ắt hẳn người ấy đã kính sợ Đức Chúa Trời và giữ trọn luật pháp của Ngài.

Philát bị cắt lưỡi vì cớ lời lẽ hèn nhát của mình, đã hối hận và tiếc nuối vì liên tục bị đánh đập ở Hạ Tầng Âm Phủ. Song, sau khi chết, Philát chẳng còn cơ hội thứ hai.

Tuy nhiên, những người còn đang sống vẫn còn cơ hội. Chúng ta chớ nên do dự trong việc kính sợ Đức Chúa Trời và giữ các điều răn của Ngài. Ê-sai 55:6-7 bảo chúng ta rằng, *"Hãy tìm kiếm Chúa đang khi mình có thể gặp được; Hãy kêu cầu đang khi Ngài ở gần. Kẻ ác hãy từ bỏ đường lối mình, người bất chính hãy từ bỏ ý tưởng mình. Hãy trở lại cùng Chúa vì Ngài thương xót ngươi, Hãy đến cùng Đức Chúa Trời vì Ngài thương xót dồi dào."* Vì Đức Chúa Trời là tình yêu, Ngài cho chúng ta biết về những gì xảy ra ở địa ngục trong khi chúng ta đang còn sống. Ngài làm vậy để thức tỉnh nhiều người ra khỏi sự ngủ mê thuộc linh của họ, rồi ban quyền năng và khích lệ chúng ta để rao truyền phúc âm cứu rỗi đến nhiều người, hầu cho họ cũng có thể được sống trong sự nhân từ và thương xót của Ngài.

Hình Phạt Giáng Trên Saulơ Vị Vua Đầu Tiên Isơrơên

Giê-rê-mi 29:11 cho chúng ta biết rằng *"Vì Ta biết rõ*

chương trình Ta hoạch định cho các ngươi. Ta có chương trình bình an thịnh vượng cho các ngươi, chứ không phải tai họa. Ta sẽ ban cho các ngươi một tương lai đầy hy vọng." Ấy là hứa ngôn dành cho dân Do thái khi họ bị lưu đày đến Babilon. Đây là phân đoạn tiên kiến về sự tha thứ và sự nhân từ sẽ được ban cho dân Ngài, khi họ đang bị lưu đày về tội chống nghịch lại Đức Chúa Trời của mình.

Cùng lý do như vậy, Đức Chúa Trời công bố sứ điệp về địa ngục. Ngài làm vậy không phải để rủa sả những kẻ không tin và những kẻ tội lỗi, song để cứu chuộc hết thảy những ai mang nặng ách của kẻ thù là Satan và ma quỉ, và để ngăn chặn những con người được dựng nên theo ảnh tượng của Ngài khỏi phải sa vào nơi khốn cùng.

Vậy, thay vì kinh khủng những điều kiện khốn khổ ở địa ngục, tất cả chúng ta phải biết rằng chúng ta phải hiểu tình yêu vô hạn của Đức Chúa Trời, nếu là người chưa tin, từ nay hãy tin nhận Chúa Jêsus làm Cứu Chúa của mình. Nếu chúng ta không sống theo lời Chúa mà chúng ta đã xưng nhận đức tin nơi Ngài, hãy xoay bỏ và làm theo những gì Ngài khuyên bảo.

Saulơ vẫn còn bất tuân Đức Chúa Trời

Khi Saulơ được nhấc lên ngai, ông hết ức khiêm nhường. Song, người sớm trở nên quá kêu ngạo đến nỗi không vâng theo Đức Chúa Trời. Người đã vào con đường gian ác để rồi cuối cùng đã bị ruồng bỏ, Đức Chúa Trời đã ngoảnh mặt khỏi Saulơ. Khi phạm tội nghịch cùng Chúa, chúng ta phải thay đổi tư tưởng mình và ăn năn một cách không chậm trễ. Chúng ta không nên cố tự bào chữa hoặc che dấu tội loĩ mình. Chỉ như vậy, Đức Chúa Trời sẽ nhậm lời cầu nguyện về sự ăn năn của mình, rồi Ngài sẽ mở đường tha thứ.

Khi Saulơ biết rằng Đức Chúa Trời đã xức dầu trên Đavít để thế chỗ mình, vua đã cho rằng người kế vị chính là sự báo oán của mình, ông đã tìm giết người trong suốt những ngày còn lại của đời mình. Thậm chí Saulơ còn sát hại cả những thầy tế lễ của Đức Chúa Trời về tội vùa giúp Đavít (1 Sa-mu-ên 22:18). Những việc làm như vậy chẳng khác nào đương đầu với Chúa, mặt đối mặt.

Trong đường lối nầy, Vua Saulơ vẫn còn bất tuân Đức Chúa Trời và làm chồng chất thêm những việc gian ác của mình, song Chúa không phá diệt Saulơ ngay. Mặc dù Saulơ đã đuổi theo Đavít và rắp tâm sát hại người từ rất lâu, Đức Chúa Trời vẫn để cho Đavít tiếp tục sống.

Điều nầy nhằm hai mục đích. Thứ nhất, Đức Chúa Trời muốn rèn luyện và nhào nặn Đavít trở thành một ống dẫn, một vị vua vĩ đại. Thứ hai, Đức Chúa Trời muốn trao cho Saulơ đủ thời gian và cơ hội để ăn năn về những việc làm sai trật của mình.

Ví như Đức Chúa Trời giết chúng ta khi chúng ta phạm tội đủ nghiêm trọng để lãnh án chết, chẳng một ai trong chúng ta còn sống sót. Đức Chúa Trời luôn chờ đợi để tha thứ cho chúng ta, song nếu người ta không trở lại với Ngài, Đức Chúa Trời sẽ ngoảnh mặt khỏi họ. Song, Saulơ đã không thể hiểu được tấm lòng của Đức Chúa Trời, mà làm theo dục vọng bởi xác thịt mình. Cuối cùng, Saulơ bị thương tích nặng bởi những cung thủ và rồi tự dùng gươm kết liễu mạng sống mình (1 Sa-mu-ên 31:3-4).

Thân xác Saulơ bị treo lên cao

Sự trừng phạt nào sẽ giáng lên một kẻ kêu ngạo như Salơ?

Một lưỡi mác nhọn đâm xuyên qua hông đương lúc người bị treo lơ lửng trên cao. Lưỡi mác được đẩy gắn những vật giống những mũi khoan sắc bén và lưỡi giống như lưỡi gươm.

Bị treo lơ lửng sẽ gây nên đau đớn vô cùng. Lại càng ác nghiệt hơn khi có một lưỡi mác đâm xuyên qua hông đương lúc bị treo lơ lửng, trọng lượng của con người sẽ góp phần vào cơn đau. Lưỡi mác xé bụng ra thành những miếng nhỏ bởi chiếc lưỡi và những mũi khoan sắc nhọn. Khi da bị lột ra, những cơ bắp, xương xẩu, và ruột gan phơi ra.

Nhiều khi, các sứ giả giả địa ngục bước đến Saulơ và xoay lưỡi mác, hết thảy những lưỡi mác và các mũi khoan sắc nhọn làm rách toạc cả thân thể. Những cú xoay lưỡi mác nầy làm giập nát, phổi, tim bụng và ruột của Saulơ.

Không bao lâu sau khi Saulơ chịu đựng sự hành hạ kinh khủng nầy và những ruột gan bị vỡ nát, toàn bộ các cơ quan nội tạng của ông đều được phục hồi. Một khi chúng được phục hồi hoàn toàn, kẻ đao phủ địa ngục ấy lại bước đến để thực hiện lại công việc của nó. Trong khi bị khốn đốn, Saulơ sẽ nghĩ lại toàn bộ quãng thời gian và những cơ hội để ăn năn mà ông đã bỏ qua trong cuộc đời.

Tại sao tôi đã bất tuân ý Chúa?
Cớ sao tôi đã chống nghịch Ngài?
Lẽ ra tôi đã để ý đến
lời quở trách của Tiên tri Samuên!
Lẽ ra tôi đã ăn năn
Khi Jonathan, con trai tôi nài xin trong nước mắt!
Giá như tôi đã không độc ác với Davít,
sự trừng phạt tôi có lẽ đã nhẹ hơn ...

Sự hối hận hay ăn năn của Saulơ sau khi đã sa xuống địa

ngục chỉ là điều vô ích. Thật là một nỗi không thể chịu nổi khi bị treo lơ lửng với một lưỡi mác đâm xuyên qua hông, song khi sứ giả địa ngục bước đến Saulơ để thực hiện lại chu trình trừng phạt khác, cơn sợ hãi lại vây hãm lấy Saulơ. Cơn đau chỉ tồn tại trong khoảnh khắc trước khi mọi thứ trở lại hết sức thật và sống động, ông hầu như nghẹt thở khi nghĩ đến những gì sắp xảy ra.

Saulơ có thể van nài, "Xin để tôi yên!" hoặc "Xin đừng hành hạ nữa!" song chỉ là vô ích. Saulơ càng hoảng sợ, những sứ giả địa ngục càng vui thích. Chúng sẽ liên tục xoay lưỡi mác, nỗi đau đớn xảy ra khi các bộ trong cơ thể bị xé rách cứ liên tục lặp lại trên Saulơ.

Kiêu ngạo là khởi đầu của sự bại hoại

Trường hợp sau là điều thường thấy trong bất kỳ hội thành nào ngày nay. Một tín hữu mới, lúc đầu, được nhận và đầy dẫy Thánh Linh. Anh ta sẽ hăm hở phục vụ Chúa và các đầy tớ Ngài trong một lúc. Thế rồi, tín hữu đó bắt đầu bất tuân ý Chúa, hội thánh Ngài, và đầy tớ Ngài. Nếu sự nầy cứ thêm lên, anh ta bắt đầu đoán xét và buộc tội kẻ khác với lời Chúa mà anh ta đã nghe được. Thật sự anh ta hầu như đã trở nên kêu ngạo.

Tình yêu ban đầu mà anh ta chia sẻ cùng Chúa dần dần biến mất, và hy vọng của người – có lần đã đặt ở thiên đàng – bấy giờ lại đặt vào những thứ ở thế gian – những thứ người đã có lần từ bỏ. Thậm chí trong hội thánh, lúc nầy người cũng muốn những kẻ khác hầu hạ mình, rồi trở nên tham tiền và quyền lực, sống nuông chiều theo những thèm khát của xác thịt.

Khi còn nghèo, người ta có thể cầu nguyện như thế nầy, "Lạy

Chúa, xin ban cho con sự giàu có của cải!" Điều gì xảy đến khi người ấy nhận được phước? Thay vì sử dụng phước ấy vào việc giúp đỡ người nghèo khó, giáo sĩ, và công việc Chúa, bấy giờ người đem phung phí ơn phước Chúa vào việc theo đuổi những thú vui thế gian.

Vì sự nầy, đã khiến cho Thánh Linh trong người ấy phải than thở; tâm linh người phải đối diện với nhiều khó khăn, thử thách, sự trừng phạt có thể nằm trên đường của nó. Nếu người cứ tiếp tục phạm tội, lương tâm người có thể chai lì. Người có thể trở nên mất khả năng phân biệt giữa ý Chúa và sự tham vọng của lòng mình, rồi thường theo đuổi những điều lòng mình nghĩ đến.

Đôi khi, người trở nên ganh tị với các đầy tớ Chúa những người được các thành viên trong hội thánh hết lòng thương yêu và tôn trọng. Người có thể buộc tội họ cách sai lầm và làm cản trở chức vụ họ. Vì lợi ích riêng tư, người lập nên những bè đảng trong hội thánh, để từ đó phá hủy hội thánh mà Đấng Christ đang ở cùng.

Người như vậy sẽ liên tục đối đầu với Đức Chúa Trời và trở thành công cụ của kẻ thù là Satan và ma quỉ, và cuối cùng sẽ giống như Saulơ.

Đức Chúa Trời chống cự kẻ kêu ngạo nhưng ban phước cho người khiêm nhường

1 Phi-e-rơ 5:5 có chép rằng *"Những người trẻ tuổi, cũng hãy vâng phục những người lớn tuổi. Mọi người hãy lấy sự khiêm nhường mà đối đãi nhau, vì Đức Chúa Trời chống cự kẻ kêu ngạo, nhưng ban phước cho người khiêm nhường."* Kẻ kêu ngạo đoán xét sứ điệp khi chúng vừa nghe từ bục giảng. Họ chỉ đồng ý với những gì hợp với ý tưởng mình, song loại bỏ

những điều không thấy ưng ý. Hầu hết ý tưởng của loài người đều không giống với ý tưởng của Đức Chúa Trời. Chúng ta không thể nói rằng mình tin Chúa và yêu kính Ngài nếu chúng ta chấp nhận những gì phù hợp với ý tưởng của mình. 1 Giăng 2:15 cho chúng ta biết rằng, *"Chớ yêu thế gian, cũng đừng yêu các vật ở trong thế gian nữa; nếu ai yêu thế gian thì sự kính mến Đức Chúa Cha chẳng ở trong người ấy."* Cũng vậy, nếu tình yêu thương của Đức Chúa Cha không ở trong người ấy, thì họ cũng chẳng tương giao được với Đức Chúa Trời. Vì vậy, *"Ví bằng chúng ta nói rằng mình được giao thông với Ngài, mà còn đi trong sự tối tăm, ấy là chúng ta nói dối và không đi trong lẽ thật"* (1 Giăng 1:6).

Chúng ra hãy luôn thận trọng và thường xuyên xem xét chính mình để biết được mình có trở nên kêu ngạo chăng, chúng ta có thích được phục vụ hơn là phục vụ người khác chăng, và sự yêu mến thế gian có lẻn vào trong lòng chúng ta chăng.

Mức Hình Phạt Thứ Tư Giáng Trên Giuđa Íchcariốt

Chúng ta đã biết rằng sự khốn khổ và ác nghiệt của những sự trừng phạt ở cấp độ thứ nhất, thứ nhì, và thứ ba là không thể hình dung nổi. Chúng ta cũng được biết rất nhiều nguyên nhân khiến những con người phải chịu những hình phạt ác nghiệt đó.

Bây giờ chúng ta hãy đi sâu vào để tìm hiểu những sự trừng phạt khủng khiếp nhất ở Hạ Tầng Âm Phủ. Những điển hình về sự trừng phạt cấp độ thứ tư và những con người nầy đã phạm những điều độc ác nào để xứng với những hình phạt của họ?

Phạm đến tội không thể tha thứ

Kinh Thánh cho chúng ta biết rằng đối với một số tội có thể được tha thứ qua sự ăn năn, trong khi đó có một số tội không được tha thứ, ấy là những tội đưa đến sự chết (Ma-thi-ơ 12:31-32; Hê-bơ-rơ 6:4-6; 1 Giăng 5:16). Những kẻ báng bổ Đức Thánh Linh, cố ý phạm tội trong khi đã biết rõ lẽ thật, cùng những sự tương tự ứng với các loại tội nầy, chúng sẽ sa xuống nơi sâu nhất của Hạ Tầng Âm Phủ.

Ví dụ, chúng ta thường thấy một số người được chữa lành hoặc giải quyết nan đề bởi ân điển của Chúa. Lúc đầu, họ hăng hái làm việc cho Chúa và hội thánh Ngài. Tuy nhiên, đôi lúc chúng ta thấy họ bị cám dỗ bởi thế gian, rồi cuối cùng xoay bỏ Chúa.

Họ trở lại lối sống nuông chiều theo lạc thú trần gian, lúc nầy họ lao vào những thú vui ngày càng hơn. Họ ruồng bỏ hội thánh, lăng mạ các anh em tín hữu và đầy tớ Chúa. Thường khi, những kẻ xưng nhận đức tin nơi Chúa của họ trước mặt thiên hạ lại là những kẻ đi đầu trong việc đoán xét hoặc dán nhãn hội thánh hay mục sư là những kẻ "tà giáo" dựa vào sự hiểu biết và lý lẽ riêng của họ. Khi họ nhìn thấy một hội thánh nào đó đầy quyền phép của Đức Thánh Linh và nhiều phép lạ của Chúa được bày tỏ qua các đầy tớ của Ngài, họ bèn đoán xét toàn bộ hội chúng là những kẻ "dị giáo" hoặc xem công việc của Đức Thánh Linh là của Satan chỉ vì họ không thể hểu được.

Họ phản bội Đức Chúa Trời và chẳng nhận được tinh thần ăn năn. Nói cách khác, những người như vậy sẽ không thể ăn năn tội lỗi mình. Do vậy, sau khi chết những "tín đồ" nầy sẽ phải nhận những sự trừng phạt nặng nề hơn những kẻ chẳng tin nhận Chúa Jêsus làm Cứu Chúa của họ và bị sa xuống Hạ Tầng Âm Phủ.

2 Phi-e-rơ 2:20-21 cho chúng ta biết rằng *"Nếu chúng nó bởi sự nhận biết Chúa và Cứu Chúa chúng ta là Đức Chúa Jêsus Christ, mà đã thoát khỏi sự ô uế của thế gian, rồi lại mắc phải và suy phục những sự đó, thì số phận sau cùng của chúng nó trở nên xấu hơn lúc đầu. Thà chúng không biết con đường công chính còn hơn đã biết rồi lại quay lưng lìa bỏ điều răn thánh đã truyền cho chúng."* Những kẻ nầy bất tuân lời Chúa và thách thức Ngài mặc dù họ đã hiểu biết lời Chúa, vì sự nầy, họ sẽ phải nhận sự trừng phạt kinh khiếp và nặng nề hơn những kẻ chẳng tin.

Những kẻ lương tâm đã chai lì

Những linh hồn phải nhận mức hình phạt thứ tư không những phạm những tội không thể được tha, mà lương tâm họ cũng đã bị chai lì. Một số trong bọn họ đã hoàn toàn trở thành nô lệ của kẻ thù là Satan và ma quỉ, là những kẻ đối mặt với Đức Chúa Trời và liên tục chống cự Đức Thánh Linh. Chúng làm như thể trực tiếp đóng đinh Chúa Jêsus.

Jêsus Cứu Chúa của chúng ta đã chịu thập hình để tha tội chúng ta và giải thoát loài người ra khỏi sự rủa sả về sự chết đời đời. Huyết báu Ngài cứu chuộc hết thảy những ai tin cậy nơi Ngài, song sự rủa sả trên những kẻ nhận mức hình phạt thứ tư làm cho họ không còn đủ tư cách để được cứu bởi huyết của Chúa Jêsus. Từ đó, họ phải chịu số phận bi đát bị đóng đinh bởi thập giá riêng của mình và phải chịu lấy sự trừng phạt của mình ở Hạ Tầng Âm Phủ.

Giuđa Íchcariốt, một trong Mười Hai Môn Đệ của Chúa Jêsus và có lẽ là kẻ phản bội nổi tiếng nhất trong lịch nhân loại, đây là một tội phạm điển hình. Giuđa đã tận nhìn thấy Con của Đức Chúa Trời trong hình thể loài người. Ông đã trở thành một trong một trong những môn đệ của Chúa Jêsus, học biết lời sự sống, và chứng kiến rất nhiều công việc kỳ diệu và dấu lạ. Song Giuđa chẳng hề quăng xa khỏi mình sự tham lam và tội lỗi cho đến lúc chết. Cuối cùng, Giuđa đã bị Satan xúi giục để rồi bán thầy mình với giá 30 miếng bạc.

Bất chấp Giuđa Íchcariốt muốn ăn năn đến thế nào

Chúng ta nghĩ ai là kẻ tội lỗi hơn: Bôntê Philát kẻ kết án Chúa Jêsus để chịu thập hình, hay Giuđa Íchcariốt kẻ bán Chúa cho bọn người Do thái? Đáp lại một trong những câu hỏi của Philát, Chúa Jêsus trả lời cách rõ ràng:

Nếu chẳng phải từ trên cao đã ban cho ngươi, thì ngươi không có quyền gì trên ta; vậy nên kẻ nộp ta cho ngươi là có tội trọng hơn nữa (Giăng 19:11).

Tội mà Giuđa đã phạm quả thật là một tội trọng, là tội mà người ta không thể được ban cho tinh thần ăn năn. Khi Giu đa nhận về tính nghiêm trọng của tội mình đã phạm, người bèn hối tiếc và đem bạc trả lại, song người chẳng được ban cho tinh thần ăn năn.

Rốt cuộc, không vượt qua nổi gánh nặng của tội lỗi, trong cơn đau đớn Giuđa đã phạm tội tự sát. Công Vụ 1:18 cho chúng ta thấy rằng Giuđa *"ngã đâm đầu xuống, nứt bụng và ruột đổ ra hết,"* đã mô tả cái chết khốn cùng của người.

Giuđa bị treo trên cây thập tự

Giuđa chịu trừng phạt như thế nào ở Hạ Tầng Âm Phủ? Trong nơi sâu nhất của Hạ Tầng Âm Phủ, Giuđa bị treo trên cây thập tự ở hàng phía trước. Cùng với Giuđa và thập tự của người ở phía trước, thập tự của những kẻ phạm trọng tội đối đầu với Chúa cũng đứng nối đuôi nhau. Cảnh tượng giống như một gò mả hay nghĩa địa rộng lớn sau một cuộc chiến tổng lực hay lò sát sinh đầy xác chết thú vật.

Thập hình là một trong những sự trừng phạt độc ác nhất ngay cả trên đất này. Thập hình được sử dụng để làm gương cũng như lời cảnh báo đối với hết thảy tội phạm và những kẻ có thể trở thành tội phạm trong tương lai. Hễ ai bị treo trên cây thập tự đều bị đau đớn hơn cả sự chết, trong nhiều giờ – đương lúc những bộ phận cơ thể bị xé rách thành từng mảnh, những côn trùng đến cắn rỉa, và hết thảy máu trong cơ thể đều chảy ra ngoài – nóng lòng chờ trút hơi thở cuối cùng càng sớm càng tốt.

Ở thế gian, cơn đớn của thập hình kéo dài lâu nhất cũng đến nửa ngày. Tuy nhiên, ở Hạ Tầng Âm Phủ, chẳng hề có sự cuối cùng của những trận khổ hình và cũng chẳng hề có sự chết, bi kịch của sự trừng phạt bằng thập hình sẽ tiếp diễn cho đến Ngày Phán Xét.

Hơn thế nữa, Giuđa phải mang một vương miện làm bằng gai, những gai đó liên tục mọc ra và đâm thủng da, thủng sọ và chọc thủng đến não của người. Thêm vào đó, bên dưới chân hắn những gì trông như những thú vật quằn quại. Nhìn kỹ, chúng là những linh hồn khác cùng bị sa xuống Hạ Tầng Âm Phủ, thậm chí những người này khiến Giuđa dằn vặt thêm. Ở thế gian, khi lương tâm bị cahi lì, họ cũng đương đầu với Đức Chúa Trời và sự độc ác trở nên chồng chất. Chúng cũng bị trừng phạt nặng nề, càng chịu khổ hình khốc liệt, chúng càng trở nên hung bạo hơn. Lần lượt, như thể ngoi lên khỏi cơn tức giận và đau đớn, chúng liên tục dùng mác đâm vào Giuđa.

Bấy giờ, những sứ giả địa ngục chế nhạo Giuđa, mà rằng, "Đây là kẻ đã bán Đấng Mêsia! Hắn đã làm những điều tốt cho chúng ta! Tốt cho hắn! Thật buồn cười!"

Sự dằn vặt tâm trí dữ dội vì đã bán Con của Đức Chúa Trời

Ở Hạ Tầng Âm Phủ, Giuđa Ích-ca-ri-ốt đã phải chịu đựng không những sự hành hạ thể xác, mà còn phải chịu những nỗi hành hạ tinh thần không sao chịu nổi. Người luôn nhớ rằng mình đã bị rủa sả vì tội bán Con của Đức Chúa Trời. Thêm vào đó, vì cớ cái tên "Giuđa Ích-ca-ri-ốt" đã trở nên đồng nghĩa với phản bội ngay cả ở đời nầy, vì vậy, sự khổ tâm của người cũng tăng thêm.

Đức Chúa Jêsus biết trước rằng Giuđa sẽ phản bội cũng như điều gì sẽ xảy đến với người sau khi chết. Vì vậy Chúa Jêsus muốn cố thuyết phục Giuđa bằng lời hằng sống, song Ngài cũng biết rằng Giuđa sẽ bị hư mất. Vậy nên, trong Mác 14:21, chúng ta thấy Chúa Jêsus than văn rằng, *"Vì Con Người đi, y như lời đã chép về Ngài; song khốn cho kẻ phản Con người! Thà nó chẳng sanh ra thì hơn."*

Nói cách khác, nếu một ai đó phải nhận hình phạt mức độ thứ nhất, là mức nhẹ nhất, thì thà kẻ ấy chẳng sanh ra còn hơn vì nỗi đau của sự trừng phạt là quá lớn và nặng nề. Còn Giuđa thì sao? Người phải nhận sự trừng phạt nặng nhất!

Để khỏi phải sa vào địa ngục

Vậy ai là người kính sợ Đức Chúa Trời và giữ các điều răn của Ngài? Ấy là người luôn giữ Ngày Chúa cách trọn vẹn và trọn phần mười lên Đức Chúa Trời – hai yếu tố căn bản của đời sống trong Đấng Christ.

Giữ trọn Ngày Chúa là tượng trưng của sự nhận biết về Đức Chúa Trời toàn năng của chúng ta trong lĩnh vực thuộc linh. Điều nầy có tác dụng như một dấu để nhận diện và phân biệt chúng ta với tư cách là con cái của Đức Chúa Trời. Song, nếu chúng ta không giữ trọn Ngày Chúa, cho dù chúng ta có xưng niềm tin nơi Đức Chúa Cha bao nhiêu chăng nữa, cũng chẳng có một chứng cứ thuộc linh nào để chứng tỏ mình là con cái của Đức Chúa Trời. Nếu vậy, việc sa vào địa ngục là điều không thể tránh khỏi.

Dâng hiến trọn phần mười cho Chúa nói lên rằng chúng tỏ ra sự nhận biết về Đức Chúa Trời toàn năng vượt lên trên tài sản. Điều nầy cũng nói rằng chúng ta nhận ra và hiểu rằng chỉ có Đức Chúa Trời là chủ của toàn vũ trụ. Theo Ma-la-chi 3:9, người Ysoraên đã bị rủa sả sau khi "cướp của [Đức Chúa Trời]." Ngài đã dựng nên toàn vũ trụ và ban sự sống cho chúng ta. Ngài ban cho chúng ta ánh sáng mặt trời và mưa móc để sống, sức lực để làm việc, và sự che chở, gìn giữ một ngày lao động. Đức Chúa Trời là chủ của tất cả những gì chúng ta có. Vì vậy, cho dù mọi thu nhập của chúng ta đều thuộc về Đức Chúa Trời, Ngài cho chúng ta dâng cho Ngài chỉ một phần mười những gì chúng ta có được, tùy ý sử dụng phần còn lại. Trong Ma-la-chi 3:10, Đức Giêhôva Vạn quân phán rằng *"Hãy đem hết phần mười vào kho của Ta để nhà Ta có lương thực; và từ nay các ngươi hãy lấy điều nầy mà thử ta, Đức Giêhôva Vạn quân phán, xem ta có mở các cửa sổ trên trời cho các ngươi, đổ phước xuống cho các ngươi đến nỗi không chỗ chứa chăng!"* Hễ chừng nào chúng ta còn giữ trung tín với Ngài với sự quan tâm đến phần mười, như đã hứa, Đức Chúa Trời sẽ mở các cửa sổ trên trời mà đổ phước xuống cho chúng ta cách dư dật đến nỗi không có chỗ để chứa. Nhưng, nếu không dâng phần mười lên Chúa, điều nầy có nghĩa rằng chúng ta không tin vào lời hứa sẽ ban phước của Ngài, thiếu đức tin, và vì có người ta đã ăn cướp của Chúa, người ta phải chịu số phận khốn khổ nơi địa ngục.

Therefore, we must always keep our Lord's Day holy, give the whole tithe to the One to whom everything belongs, and keep His all commandments prescribed in all sixty-six books of the Bible. I pray that none of the readers of this book will fall into hell.

Trong chương nầy, chúng ta sẽ đi sâu vào nhiều loại hình phạt khác nhau – được phân chia tổng quát thành bốn mức độ - sẽ giáng lên những linh hồn bị kết tội ở Hạ Tầng Âm Phủ. Đây là nơi ác nghiệt, kinh hoàng, và khốn khổ biết dường nào! 2 Phi-e-rơ 2:9-10 cho chúng ta biết rằng *"Thế thì Chúa biết cứu chữa nhữngngười tin kính khỏi cơn cám dỗ, và hành phạt kẻ không công bình, cầm chúng nó lại để chờ ngày phán xét, nhứt là những kẻ theo lòng tư dục ô uế mình mà ham mê sự sung sướng xác thịt, khinh dể quyền phép rất cao. Bọn đó cả gan, tự đắc, nói hỗn đến các bậc tôn trọng mà không sợ."*

Những kẻ gian ác phạm tội và làm những việc xấu xa, chúng quấy rầy, phá vỡ công việc hội thánh, không kính sợ Đức Chúa Trời, không thể và chẳng hề tìm kiếm hay mong đợi để nhận lấy sự phù hộ của Chúa trong cơn hoạn nạn và thử thách. Cho đến kỳ sự Phán Xét trước tòa Lớn và Trắng, chúng sẽ bị nhốt trong hố sâu ở Hạ Tầng Âm Phủ và nhận lấy sự trừng phạt tùy theo loại và mức độ của những việc gian ác mà chúng đã phạm.

Những người có đời sống thiện lành, công chính, và tận hiến luôn sống bởi đức tin và làm theo ý Chúa. Vì vậy, khi con người độc ác đầy dẫy trên đất, thì Đức Chúa Trời đã tháo các cửa cổng trên trời, chúng ta chỉ có Nôê và gia đình người được cứu (Sáng Thế 6-8).

Như Nôê đã kính sợ Đức Chúa Trời và vâng giữ các mạng lịnh Ngài và đã thoát khỏi sự đoán phạt để đến với sự cứu rỗi, cũng vậy, chúng ta phải trở nên con cái biết vâng lời của Ngài trong mọi sự chúng ta làm, hầu cho chúng ta trở thành con cái đích thực của Đức Chúa Trời và hoàng thành sự trù liệu của Ngài.

Chương 6

Sự Trừng Phạt Tội Phỉ Báng Đức Thánh Linh

Sự Khốn Khổ Trong Vạc Dầu Sôi
Trèo Lên Vách Đá Thẳng Đứng
Đốt Miệng Bằng Sắt Nung Đỏ
Những Cỗ Máy Hành Hạ To Lớn Cực Kỳ
Bị Trói Vào Thân Cây

*"Ai nói nghịch cùng Con người,
thì sẽ được tha; song kẻ nói lộng ngôn phạm
đến Đức Thánh Linh, thì không được tha đâu."*
(Lu-ca 12:10)

*"Vì chưng những kẻ đã được soi sáng một lần,
đã nếm sự ban cho từ trên trời, dự phần về Đức Thánh Linh,
nếm đạo lành Đức Chúa Trời, và quyền phép của đời sau,
nếu lại vấp ngã, thì không thể khiến họ lại ăn năn nữa,
vì họ đóng đinh Con Đức Chúa Trời trên thập tự giá cho
mình một lần nữa, làm cho Ngài sỉ nhục tỏ tường."*
(Hê-bơ-rơ 6:4-6)

Trong Ma-thi-ơ 12:31-32, Chúa Jêsus cho chúng ta biết rằng, *"Vậy nên, ta phán cùng các ngươi, các tội lỗi và lời phạm thượng của người ta đều sẽ được tha; song lời phạm thượng đến Đức Thánh Linh thì sẽ chẳng được tha đâu. Nếu ai nói phạm đến Con người, thì sẽ được tha; song nếu ai nói phạm đến Đức Thánh Linh, thì dù đời nầy hay đời sau cũng sẽ chẳng được tha."* Đức Chúa Jêsus đã nói những lời đó với người Do Thái, là những kẻ đã chỉ trích Ngài về việc rao giảng phúc âm và thực hiện những công việc bằng quyền phép thiên thượng, chúng biện luận rằng Ngài đã bị quỉ ám hoặc nhờ quyền phép của Satan và ma quỉ mà làm những phép lạ.

Thậm chí ngày nay, nhiều người xưng nhận đức tin mình trong Đấng Christ song buộc tội những hội thánh có đầy dẫy những công việc quyền phép và những điều kỳ diệu của Đức Thánh Linh, rồi dán nhãn họ là "tà giáo" hay "công việc của ma quỉ" đơn giản chỉ vì họ không thể hiểu hay chấp nhận được. Song, làm thế nào để vương quốc của Chúa được mở rộng và phúc âm được rao giảng trên khắp đất mà không bởi quyền phép và thẩm quyền đến từ Đức Chúa Trời, là điều chúng ta nói rằng, những công việc của Đức Thánh Linh?

Chống lại những công việc của Đức Thánh Linh thì chẳng khác gì chống lại chính Chúa. Bấy giờ, Đức Chúa Trời sẽ nhận diện những kẻ chống lại công việc của Đức Thánh Linh vì con cái của Ngài, bất chấp việc họ tự cho mình là "Cơ Đốc Nhân" đến bao nhiêu.

Vậy, hãy luôn ghi nhớ rằng thậm chí sau khi nhìn thấy và trải nghiệm sự ở cùng của Chúa với các đầy tớ Ngài cùng những dấu kỳ, phép lạ và nhiều sự kiện đã xảy ra, ấy vậy mà người ta vẫn còn buộc tội các đầy tớ Chúa và hội thánh Ngài là "dị giáo," thì người ấy đã ra sức cản trở và phỉ báng Đức Thánh Linh, để rồi chỉ có hố sâu địa ngục là nơi dành cho nó.

Nếu một hội thánh, một mục sư, hay bất kỳ một đầy tớ nào của Đức Chúa Trời thật sự nhận biết Đức Chúa Trời Ba Ngôi, tin Kinh Thánh là lời Đức Chúa Trời và truyền dạy đúng như vậy, và nhận thức được cuộc sống đời sau hoặc ở thiên đàng hay địa ngục và sự đoán xét, tin rằng Đức Chúa Trời toàn năng cầm quyền trên mọi sự và Chúa Jêsus là Cứu Chúa của chúng ta và truyền dạy đúng như vậy, thì chẳng ai có thể buộc tội và dán nhãn hội thánh, mục sư, và những đầy tớ Chúa là "dị giáo."

Tôi thành lập Hội Thánh Manmin Joong-ang vào 1982 và đã đưa dẫn rất nhiều linh hồn đến với con đường cứu rỗi bởi công việc của Đức Thánh Linh. Thật không ngờ, trong số những người đã đích thân trải nghiệm những công việc của Đức Chúa Trời hằng sống, lại có những người thậm chí đương đầu với Đức Chúa Trời bằng cách hăng hái gây trở ngại mục tiêu và công việc của giáo hội, rồi rao rắc những lời đồn đại và bịa đặt về bản thân tôi và hội thánh.

Trong khi giảng giải về nỗi khốn cùng và đau đớn ở vực sâu địa ngục, Đức Chúa Trời cũng bày tỏ cùng tôi về những sự trừng phạt ở Hạ Tầng Âm Phủ đang chờ đợi những kẻ quấy phá, bất tuân, và phỉ báng Đức Thánh Linh. Họ sẽ nhận những sự trừng phạt nào?

Sự Khốn Khổ Trong Vạc Dầu Sôi

Tôi hối tiếc và nguyền rủa lời thề hôn nhân
mà tôi đã hứa cùng chồng mình.
Tại sao tôi phải ở nơi khốn khổ nầy?
Hắn đã lừa dối tôi, vì hắn mà tôi phải ở đây!

Ấy là sự than vãn của một người vợ đang chịu mức hình phạt thứ tư ở Hạ Tầng Âm Phủ. Lý do bà kêu rên đau đớn vang dội khắp nơi tối tăm vì cớ bà đã bị chồng lừa dối để cùng ông chống cự Đức Chúa Trời. Người vợ đã trở nên xấu xa, song ở một mức độ nào đó, tấm lòng bà đã từng có sự kính sợ Đức Chúa Trời. Do vậy, người đàn bà không thể tự mình gây trở ngại công việc của Đức Thánh Linh và chiến cự lại Đức Chúa Trời. Dầu vậy, để chiều theo tư dục của xác thịt, lương tâm bà đã cấu hiệp cùng lương tâm gian ác của chồng, cặp vợ chồng nầy đã chống lại Đức Chúa Trời và công việc của Ngài cách quyết liệt.

Hai vợ chồng cùng nhau làm điều ác, bây giờ cùng nhau bị trừng phạt ở Hạ Tầng Âm Phủ, và sẽ khốn khổ với vì những việc làm gian ác của họ. Vậy, họ phải chịu những hình phạt nào ở Hạ Tầng Âm Phủ?

Cặp vợ chồng lần lượt bị hành hạ

Cặp vợ chồng bị đoán phạt lần lượt bị dìm xuống trong một chiếc nồi chứa đầy chất hôi thối và sôi sùng sục. Khi sứ giả địa ngục dìm từng linh hồn trong chiếc nồi, nhiệt độ của chất lỏng làm giộp hết da họ – trông họ giống như da lưng cóc – còn nhãn cầu mắt thì lồi ra.

Mỗi khi họ liều mình cố tránh sự hành hạ nầy và ló đầu ra khỏi nồi, có những bàn chân to lớn giẫm lên đầu để dìm họ xuống. Đế giày của các sứ giả địa ngục đó được gắn đầy những vật nhọn như những cái xiên nhỏ bằng đồng. Khi bị giẫm lên bởi những bàn chân nầy, những linh hồn đó buộc phải rơi lại vào nồi với những vết thương và vết bầm lớn.

Một lúc sau, hai người lại ló đầu ra nữa vì không thể chịu nổi với cảm giác thiêu đốt. Ngay sau đó, cũng như điều đã xảy ra nhiều lần trước đây, họ bị giẫm lên và đẩy trở lại vào nồi. Và lại, vì hai người thay nhau chịu trừng phạt, người chồng ở trong nồi, người vợ phải nhìn xem sự đau đớn của chồng, và ngược lại.

Ấy là một chiếc nồi trong suốt nên những gì bên trong rất dễ nhận thấy từ bên ngoài. Lúc đầu, khi người chồng hay người vợ nhìn thấy người thương yêu của mình bị hành hạ và dày vò một đáng thương, từ sự lan truyền cảm xúc chung, họ khóc cho nhau vì sự thương xót:

Vợ tôi đang phải ở đây!
Xin hãy đem người ra khỏi!
Xin hãy giải thoát người khỏi sự khốn cùng.
Không, không, xin chớ giẫm lên người.
Xin hãy đem người ra, xin cứu giúp!

Dẫu vậy, sau một hồi, sự khẩn xin của người chồng bỗng dừng lại. Sau một vài lần chịu trừng phạt, ông đã nhận ra rằng trong khi người vợ bị khốn khổ, anh ta có thể nghỉ ngơi một chút, khi bà bước ra là đến lượt mình phải vào.

Đổ lỗi và nguyền rủa nhau

Những cặp vợ chồng ở thế gian nầy sẽ không là vợ chồng ở thiên đàng. Tuy nhiên, hai người nầy vẫn còn là vợ chồng ở Hạ Tầng Âm Phủ, và cùng nhau nhận lấy sự trừng phạt, Ấy là vì họ nên biết rằng họ sẽ thay nhau chịu trừng phạt, bấy giờ sự khẩn xin của họ thốt ra với giọng hoàn toàn khác.

Không, không, xin đừng đem người ấy ra.
Hãy để bà ta trong đó thêm chút nữa.

Xin hãy cứ để người trong đó
hầu cho tôi có thể nghỉ thêm một chút.

Người vợ muốn chồng mình khốn khổ liên tục, và người chồng cũng xin cho vợ mình ở trong nồi càng lâu càng tốt. Tuy vậy, việc nhìn xem người nầy khốn khổ chẳng mang lại sự nghỉ ngơi cho người kia. Sự gián đoạn ngắn ngủi không thể sửa soạn cho sự đau đớn kéo dài, đặc biệt khi người chồng biết rằng sau sự khốn đốn của người vợ là đến lượt mình. Vả lại, khi người nầy đang bị dày vò, nghe thấy người kia vang xin sự trừng phạt dài thêm ra, cả hai cùng nguyền rủa nhau.

Ở đây chúng ta hiểu rõ kết quả của tình yêu xác thịt. Sự thật của tình yêu xác thịt – và sự thật của địa ngục – ấy là khi người nầy đau đớn vì sự hành hạ đến mức không thể chịu nổi, thì người đó sẵn lòng mong cho người kia chịu hành hạ thay cho mình.

Khi người vợ hối tiếc đã chống cự Chúa "vì cớ chồng mình," bà hăng hái nói với chồng rằng, "tại ông mà tôi phải ở đây!" Người chồng cũng lớn tiếng đáp lời, ông rủa sả và đổ lỗi cho bà vì đã ủng hộ và dự phần vào những việc gian ác của mình.

Cặp vợ chồng càng phạm đến những điều xấu xa hơn...

Những sứ giả địa ngục ở Hạ Tầng Âm Phủ rất vui sướng và hài lòng khi thấy hai vợ chồng nầy nguyền rủa nhau, và họ nài xin các sứ giả địa ngục hãy để cho vợ hoặc chồng của họ bị hình phạt lâu thêm và khốc liệt thêm.

Hãy nhìn xem, chúng rủa sả nhau ngay tại đây!
Sự xấu xa của chúng khiến ta rất vui thật!
Như thể được xem một bộ phim hay, các sứ giả địa ngục

chăm chú nhìn xem và thỉnh thoảng chúng làm cho lửa cháy mạnh thêm lên để niềm vui của chúng được trọn vẹn. Hai vợ chồng ấy càng phải đau đớn, họ càng rủa rả nhau và theo bản năng, những tiếng cười của các sứ giả ấy cũng to hơn.

Chúng ta phải hiểu rõ vấn đề ở đây. Khi người ta phạm đến việc ác ngay cả ở đời nầy, những ác linh sẽ rất hài lòng và vui mừng. Đồng thời, người ta càng phạm tội, họ càng xa cách Đức Chúa Trời hơn.

Khi đối diện với khó khăn và chúng ta thỏa hiệp với thế gian, oán trách, phàn nàn, và trở nên đắng cay với những cá nhân hay hoàn cảnh cụ thể nào đó, ma quỉ sẽ đến điều khiển chúng ta, chúng vui sướng làm thêm khó khăn và khổ cực của chúng ta.

Những người khôn ngoan hiểu biết được các thánh luật, chẳng bao giờ than oán hay phàn nàn, họ chỉ dâng lời cảm tạ trong mọi hoàn cảnh và luôn xưng nhận đức tin nơi Chúa với thái độ tích cực, hầu cho đảm bảo rằng tấm lòng của họ luôn tập chú vào Ngài. Vả lại, nếu là một điều ác, thì kẻ ác sẽ làm đau đớn chúng ta, như Rô-ma 12:21 có nói rằng *"Đừng để điều ác thắng mình, nhưng hãy lấy điều thiện thắng điều ác."* Chúng ta phải luôn lấy thiện để thắng ác và phó hết mọi sự lên cho Đức Chúa Trời.

Như thế, khi làm theo điều thiện và bước đi trong sự sáng, chúng ta sẽ có được sức mạnh và thẩm quyền để thắng hơn các thế lực của ác linh. Bấy giờ Satan và ma quỉ nó không thể bắt chúng ta chịu trách nhiệm với việc ác và mọi khó khăn sẽ nhanh chóng qua đi. Đức Chúa Trời sẽ đẹp lòng khi con cái Ngài sống và hành sự theo thiện ý của họ.

Dưới bất kỳ hoàn cảnh nào chúng ta cũng không nên nghĩ đến điều ác là ý muốn và mưu kế của Satan, nhưng hãy luôn tư tưởng trong lẽ thật và hành sự trong đức tin theo cách mà Cha Thánh chúng ta sẽ hài lòng.

Trèo Lên Vách Đá Thẳng Đứng

Cho dù chúng ta là đầy tớ của Chúa, là trưởng lão, hoặc nhân sự trong Hội Thánh Ngài, dễ lắm sẽ trở thành con mồi của Satan nếu chúng ta không cắt bì lòng mình nhưng mà cứ miệt mài trong tội lỗi. Vì cớ lòng yêu mến thế gian, có một số người xoay bỏ Chúa. Một số khác sau khi bị cám dỗ, thì không còn thấy đến hội thánh nữa. Thậm chí có người còn chống lại Chúa bằng cách làm trở ngại các kế hoạch và sứ mệnh của hội thánh Ngài, là những công việc để lại cho họ một sự vô vọng trên con đường dẫn đến sự chết.

Một trường hợp cả nhà phản Chúa

Sau đây là câu chuyện về một gia đình có lần đã từng làm việc trung tín cho hội thánh Chúa. Song họ chẳng cắt bì lòng mình, là nơi chứa đầy tánh khí nóng nảy và tham lam. Họ áp đặt quyền hạng của mình lên những thành viên khác trong hội thánh và liên tục phạm tội. Cuối cùng, sự trừng phạt của Chúa đã giáng lên họ. Khi người cha bị lâm trọng bệnh, cả nhà hiệp lại và hết lòng cầu nguyện trong sự ăn năn và xin cho người được sống.

Đức Chúa Trời nhậm lời cầu nguyện trong sự ăn năn của họ mà chữa lành cho người cha. Lúc bấy giờ Chúa bảo cùng tôi một điều hoàn toàn không mong đợi: "Nếu ta gọi linh hồn người ấy ngay bây giờ, thì người ít ra cũng được cứu cách tối thiểu. Còn nếu để người sống thêm ít lâu nữa, người sẽ chẳng thể được cứu."

Tôi chẳng biết ý Ngài nói là gì, song một vài tháng sau, khi tôi chứng kiến cách ăn ở của gia đình, tôi chợt hiểu ra điều ấy. Một người trong gia đình nầy từng là nhân sự trung tín trong hội thánh tôi, đã bắt đầu quấy phá hội thánh Chúa và vương quốc Ngài bằng cách làm chứng dối để chống lại hội thánh và thực hiện nhiều việc ác. Cuối cùng, cả nhà đã bị lừa dối và mọi người đều xoay bỏ Chúa.

Khi nhân sự cũ của hội thánh quấy phá và phỉ báng nặng nề đến Đức Thánh Linh, những người còn lại trong gia đình đã phạm đến những tội không thể được tha, và chẳng bao lâu sau, người cha mà tôi đã cầu nguyện để được sống lại cũng đã chết. Ví như người chết khi còn có ít đức thì chắc đã được cứu. Tuy nhiên, người đã từ bỏ đức tin mình, và chẳng còn cơ hội để được cứu nữa. Vả lại, mọi thành viên trong gia đều cũng sẽ sa xuống Hạ Tầng Âm Phủ, là nơi mà người cha đã đến, và là nơi mà mọi người trong gia đình phải chịu trừng phạt. Sự trừng phạt mà họ phải chịu là gì?

Trèo lên vách đá thẳng đứng chẳng hề nghỉ ngơi

Ở khu vực nơi mà gia đình nầy bị trừng phạt, có một vách núi đá dựng đứng. Vách núi đá nầy cao đến mức đứng dưới chân không thể nhìn thấy được đỉnh. Tiếng la hét kinh hoàng lơ lửng khắp trên cao. Khoảng nửa đường trên vách đá cao là ba linh hồn bị trừng phạt, trông từ xa họ giống như ba dấu chấm nhỏ.

Với tay trần chân trụi họ trèo lên vách đá thô cứng và gồ ghề nầy. Tay chân họ bị xơ ra như thể bị chà giấy nhám, chẳng bao lâu da bị lột ra và bị bào mòn. Thân thể họ đẫm máu. Họ phải trèo lên đỉnh núi dường như không thể đó là nhằm tránh mặt một sứ giả địa ngục đang bay lượn trên khu vực nầy. Sau khi nhìn xem ba linh hồn nầy leo lên vách đá trong một lúc, sứ giả nầy giơ tay lên, những côn trùng nhỏ xíu trông giống hệt như sứ giả đó được tung ra khắp nơi giống như những mẩu giấy được phun ra từ một chiếc bình xịt. Chúng há miệng để lộ ra những chiếc răng sắc nhọn, những côn trùng nầy nhanh chóng bò lên vách núi đá để đuổi theo ba linh hồn.

Hãy hình dung trước cảnh tượng rết, nhện, hoặc gián, hết thảy chúng đều bằng cỡ ngón tay, bò đầy sàn nhà khi chúng ta mở cửa bước vào. Cũng hãy tưởng tượng rằng tất cả những côn trùng kinh khủng nầy đều đồng loạt chạy về phía chúng ta.

Chỉ nhìn thấy những côn trùng nầy cũng làm chúng ta khiếp sợ. Nếu hết thảy chúng đều đồng loạt chạy về phía chúng ta, ấy có thể là giây phút kinh khiếp nhất trong đời mình. Nếu chúng bắt đầu leo lên chân chúng ta và phủ kín cả người trong chốc lác, làm sao chúng ta có thể mô tả được cảnh tượng kinh khiếp nầy?

Ở Hạ Tầng Âm Phủ, tuy nhiên, người ta không thể nào nói được số lượng côn trùng nầy lên đến hàng trăm hay hàng ngàn. Những linh hồn chỉ biết rằng có một số lượng côn trùng không thể đếm xuể, và ba người đó trở thành mồi của chúng.

Vô số những côn trùng đổ xô về phía ba linh hồn

Nhìn thấy những côn trùng đó ở chân vách đá, ba linh hồn ấy cố sức trèo lên đỉnh vách núi mỗi lúc càng thêm nhanh. Dầu vậy, chẳng bao lâu, họ bị chúng đuổi kịp, phủ kín người, họ rơi xống đất rồi bị bỏ mặc cho những côn trùng kinh khiếp ấy gặm rỉa hết các bộ phận cơ thể họ.

Khi những bộ phận cơ thể của họ bị gặm rỉa, trong cơn đau đớn không chịu nổi, họ la hét như thú vật và uốn vặn, rung lắc, bật nẩy, giẫy trong vô vọng. Họ cố giữ cho côn trùng văng ra khỏi mình, trong khi làm vậy, họ giẫm đạp lên nhau, liên tục rủa sả và quở mắng nhau. Giữa cơn đau đớn, mỗi người đều cố thốt ra những lời độc ác hơn người kia, và họ chỉ muốn điều gì đó cho riêng mình, rồi không dứt lời rủa sả nhau. Những sứ giả địa ngục dường như vui sướng trước cảnh tượng nầy hơn bất kỳ điều gì chúng từng nhìn thấy.

Sau đó, có một sứ giả địa ngục bay lượn trên nơi ấy và đưa tay ra thu lại những cô trùng nầy, trong khoảnh khắc hết thảy chúng đều biến mất. Bấy giờ, ba linh hồn ấy không còn cảm nhận sự gặm rỉa của các côn trùng ấy nữa, song họ không thể không tiếp tục trèo lên vách núi đá dựng đứng đó. Họ biết khá rõ sẽ có thiên sứ địa ngục bay lượn và chẳng mấy chốc lại tung bọn côn trùng ra nữa. Với tất cả sức lực mình, họ lại tiếp tục trèo lên vách núi đá nữa. Trong sự yên lặng kỳ quái, ba linh hồn ấy bị nỗi sợ hãi chết người về những gì sắp đến bắt lấy, họ lại gắng sức trèo lên vách đá nữa.

Sự đau đớn của những vết cắt sâu và dài trong lúc trèo núi cứ đeo bám theo họ. Thậm chí, vì nỗi sợ hãi những côn trùng gặm rỉa và cắn xé còn kinh khiếp hơn nhiều, ba người không để ý đến thân thể vấy đầy máu của mình, mà cố trèo nhanh bằng tất cả sức lực mình. Ấy là cảnh tượng khốn khổ biết bao!

Đốt Miệng Bằng Sắt Nung Đỏ

Châm Ngôn 18:21 cho chúng ta biết rằng *"Sống chết ở nơi quyền của lưỡi; kẻ ái mộ nó sẽ ăn bông trái của nó."* Trong Ma-thi-ơ 12:36-37, Chúa Jêsus phán rằng, *"Song, ta bảo cùng các ngươi, đến ngày phán xét người ta sẽ khai ra mọi lời hư hoại mà mình đã nói; vì bởi lời nói mà ngươi được xưng công bình, cũng bởi lời nói mà ngươi cũng sẽ bị phạt."* Hai phân đoạn nầy cho chúng ta biết rằng Đức Chúa Trời sẽ bắt chúng ta phải chịu trách nhiệm trước lời nói của mình và cũng tùy theo đó mà đoán xét chúng ta.

Một mặt, những ai nói lời thiện lành của lẽ thật, mang lấy bông trái phước hạnh tùy theo những lời đó. Mặt khác, những kẻ thốt ra những lời độc ác không có thiện ý, mang lấy bông trái gian ác tùy theo những lời độc địa đã thốt ra trên môi dơ dáy họ. Đôi khi chúng ta thấy những sự phát ngôn bừa bãi, thiếu cân nhắc có thể mang lại những đau đớn và khổ sở không lường.

Mọi lời đều sẽ được báo đáp

Vì cớ sự bắt bớ của gia đình, có một số tín đồ thốt lên hoặc cầu nguyện rằng, "Nếu gia đình tôi có thể ăn năn qua một vụ tai nạn, điều ấy thật bõ công." Vừa lúc Satan và ma quỉ nghe được những lời nầy, chúng bèn buộc tội người ấy trước Chúa mà rằng, "Lời nói của người nầy nên được làm cho ứng nghiệm." Vậy, lời nầy đã gieo mầm của của sự tai họa, từ đó con người trở nên tàn tật và phải đối diện thêm nhiều khó khăn, cuối cùng sẽ phải xảy đến.

Có cần thiết phải chuốc lấy khốn khổ cho bản thân bằng những lời dại dột không cần thiết ấy chăng? Thật không may, khi tai họa vây phủ trên cuộc sống họ, nhiều người đâm ra nản lòng. Những người khác chẳng nhận biết rằng những khó khăn đó đã đến từ những lời nói của chính mình, thậm có những người chẳng nhớ mình đã nói gì để gây ra sự khốn cùng như vậy.

Thế thì, hãy ghi nhớ rằng mọi lời nói đều sẽ được báo ứng bằng cách nào đó. Chúng ta phải luôn cư xử cách đúng mực

143

nhất và biết cầm giữ môi miệng mình. Dầu bất kỳ mục đích nào, chúng ta chỉ nên nói những điều phước hạnh và tốt đẹp, Satan có thể dễ dàng – và đương nhiên sẽ bắt chúng ta chịu trách nhiệm về những lời nói của mình và trở thành nô lệ đối với sự khổ sở, và đôi khi phải chịu những nan đề cách không cần thiết.

Điều gì sẽ xảy đến cho những kẻ cố ý nói dối hội thánh Chúa và đầy tớ được ơn của Ngài, và do vậy, họ đã gây cản ngại lớn cho sứ mệnh của hội thánh và chống cự Đức Chúa Trời? Những kẻ ấy sẽ nhanh chóng bị các thế lực của Satan dẫn đường để đưa đến những hình phạt nơi âm phủ.

Sau đây chỉ là một điển hình của những hình phạt giáng lên những kẻ quấy rầy Đức Thánh Linh bằng lời nói của mình.

Người ta chống lại Đức Thánh Linh bằng lời nói

Có một người đã từng tham gia và phục trong hội thánh tôi một thời gian lâu, từng nắm giữ rất nhiều chức vụ. Dầu vậy, ông chẳng chịu cắt bì lòng mình, là yêu cầu quan trọng hơn hết đối với tất cả Cơ Đốc Nhân. Bề ngoài, ông dường như một nhân sự trung tín trong mọi việc, là người yêu mến Chúa, hội thánh, và những người đồng lao.

Trong những người nhà của ông, có người được chữa lành khỏi bệnh nan y, là bệnh có thể để lại sự tàn tật lâu dài, và một người khác được sống lại từ cửa tử thần. Bên cạnh những điều nầy, gia đình ông đã trải qua rất nhiều kinh nghiệm và ơn phước từ Chúa, song, ông chẳng hề chịu cắt bì lòng mình và quăng xa những điều ác.

Vì vậy, khi hội thánh phải đối mặt với những khó khăn nghiêm trọng, người nhà ông đã bị Satan cám dỗ để phản bội hội thánh. Chẳng nhớ đến những ơn phước mà ông đã nhận được, ông đã lìa khỏi hội thánh mà mình đã phục vụ từ lâu. Hơn nữa, ông bắt đầu chống lại hội thánh, và ngay sau đó, như thể ở cương một hội truyền bá phúc âm, ông khởi sự đích thân thăm viếng các anh em trong hội thánh và quấy rầy niềm tin của họ.

Nếu ông lìa khỏi hội thánh vì sự nghi ngờ trong đức tin mình, ông có thể có cơ hội nhận được sự thương xót của Chúa vào phút chót, ví như ông đã giữ yên lặng về những vấn đề mà mình chưa quen với và cố gắng phân biệt đúng sai.

Dầu vậy, ông đã không vượt qua được sự độc dữ của mình, khiến miệng lưỡi ông đã phạm tội rất nhiều, bấy giờ chỉ có sự đau đớn và sự trừng phạt đang chờ đợi ông.

Miệng bị đốt cháy và thân thể quằn quại

Một sứ giả địa ngục đốt miệng ông bằng một thanh thép nung đỏ vì cớ ông đã kịch liệt chống lại Đức Thánh Linh với lời lẽ ra từ miệng mình. Sự trừng phạt nầy giống với sự trừng phạt dành cho Philát, là kẻ đã kết án Chúa Jêsus vô tội để phải chịu thập hình bằng những lời lẽ từ miệng mình, bấy giờ người đã bị cắt lưỡi vĩnh viễn ở Hạ Tầng Âm Phủ.

Ngoài ra, linh hồn ấy còn bị ép chịu vào một ống thủy tinh có hai nút hai đầu chân đế, và có hai móc quai bằng kim loại ở hai đầu. Khi những sứ giả địa ngục xoay các móc quai nầy, thân thể của linh hồn kẹt trong đó bị xoay rất mạnh. Thân thể người ấy bị xoay càng lúc càng thêm, giống như nước bẩn được vắt ra từ một miếng giẻ lau nhà, máu của linh hồn trào ra qua mắt, mũi họng, và hết thảy các lỗ trên cơ thể người. Cuối cùng, toàn bộ máu và chất lỏng từ các tế bào của ông đều vọt hết ra ngoài.

Chúng ta có thể hình dung rằng để có một giọt máu chảy ra từ đầu ngón tay, chúng ta phải cần đến một sức ép mạnh như thế nào để vắt ra?

Máu và chất lỏng của linh hồn bị ép vắt không chỉ từ một bộ phận mà toàn bộ cơ thể từ đầu đến chân. Hết thảy xương và hệ thống cơ bắp đều bị vắt đến giập nát và toàn bộ các tế bào bị phá vỡ, hầu cho đến một giọt chất lỏng cuối cùng của thân thể ấy cũng được vắt ra. Thật vô cùng đau đớn!

Cuối cùng, ống thủy tinh ấy đầy máu và chất lỏng từ thân thể đó, từ xa, nó tông giống như một chai rượu đỏ. Sau khi các sứ giả địa ngục đó vắt cho đến cạn kiệt tới giọt chất lỏng cuối cùng, chúng bỏ mặc con người ấy trong một lúc để nó tự phục hồi trở lại.

Nhưng khi thân thể nầy được phục hồi, nó sẽ hy vọng được gì? Ngay khi được phục hồi, sự ép, vắt thân thể người lại bắt đầu lặp lại chẳng hề dứt. Nói cách khác, các khoảnh khắc giữa các lần hành hạ chỉ là một sự gia hạn.

Vì đã cản trở công việc mở mang vương quốc Chúa bởi miệng lưỡi của mình, người nầy phải bị đốt miệng, và để làm phần thưởng cho sự sốt sắng giúp đỡ công việc của Satan, người bị vắt đến giọt chất lỏng cuối cùng.

Trong lĩnh vực thuộc linh, người ta gặt hái những gì họ gieo ra, những gì người ta đã làm, đều được báo trả. Xin hãy khắc ghi thực tế nầy, chớ để điều ác thắng mình nhưng hãy chỉ làm những việc lành và nói lời nhân đức, hãy sống một cuộc sống làm vinh hiển Đức Chúa Trời.

Những Cổ Máy Hành Hạ To Lớn Cực Kỳ

Cá nân người nầy đã trực tiếp kinh nghiệm được công cviệc của Đức Thánh Linh khi ông được chữa lành bệnh tật và yếu mõm. Sau đó ông cầu nguyện hết lòng để cắt bì lòng mình.

Cuộc sống người được Đức Thánh Linh dẫn dắt và gìn giữ, người đã kết quả nhiều bông trái, được nhiều anh em trong hội thánh khen ngợi và yêu thương, rồi trở thành người giảng đạo.

Bị trói buộc trong sự kêu ngạo của mình

Khi được mọi người chung quanh mình tán tụng và thương yêu, dần dần ông ta đã trở nên kêu ngạo đến mức chẳng còn biết nhìn nhận đúng về bản thân nữa, rồi vô tình làm dừng lại tiến trình cắt bì lòng mình. Ông luôn là con người nóng nảy và ganh tị, thay vì quăng xa những điều nầy, ông bắt đầu đoán xét và buộc tội những người ngay thẳng, ông phẫn uất những ai không làm ông vừa lòng hoặc không tán thành với mình.

Một khi con người bị trói buộc trong sự kiêu ngạo mình và làm điều ác, thì sự sự ác sinh ra ngày càng thêm trong con người ấy, và họ chẳng còn biết giữ mình nữa, cũng chẳng muốn nghe lời khuyên của người khác. Sự ác ngày càng chồng chất, người đã sa vào bẫy của Satan, và công khai chống lại Chúa.

Sự cứu rỗi vẫn chưa trọn vẹn khi chúng ta được nhận lãnh Đức Thánh Linh. Cho dù chúng ta có được đầy dẫy Thánh Linh, kinh nghiệm được ân sủng, và đang hầu việc Đức Chúa Trời, chúng ta chỉ giống như một vận động viên maratông đang trên đường về đích – thánh sạch. Cho dù người đua chạy khỏe đến mức nào, nếu anh ta ngừng lại hay bị ngất xỉu, điều nầy chẳng đem lại ích lợi gì cho người đua. Rất nhiều người chạy về đích – thiên đàng. Cho dù chúng ta có chạy nhanh thế nào trong một thời điểm nào đó, cho dù chúng ta có cận kề với việc về đích như thế nào, nếu chúng ta bỏ cuộc, thì ấy là sự cuối cùng của cuộc đua đối với chúng ta.

Đừng tưởng rằng mình đang đứng vững

Đức Chúa Trời cũng cho chúng ta biết rằng nếu chúng ta "hâm hẩm," chúng ta sẽ bị đào thải (Khải Huyền 3:16). Cho dù là một con người đức tin, chúng ta phải luôn đầy dẫy Thánh Linh; gìn giữ tình yêu nồng cháy dành cho Đức Chúa Trời; sốt sắng mở rộng vương quốc thiên đàng. Nếu bỏ cuộc nửa vời, thì cũng như những người không tham gia cuộc đua ngay từ đầu, chúng ta không thể được cứu.

Vì lý do đó, sứ đồ Phaolô, người trọn lòng trung tín với Chúa, thừa nhận rằng *"Hỡi anh em, tôi chết hằng ngày, thật cũng như anh em là sự vinh hiển cho tôi trong Đức Chúa Jêsus Christ, là Chúa chúng ta"* (1 Cô-rinh-tô 15:31) và rằng *"Tôi đã đãi thân thể tôi cách nghiêm khắc, bắt nó phải phục, e rằng sau khi tôi đã giảng dạy kẻ khác, mà chính mình phải bị bỏ chăng"* (1 Cô-rinh-tô 9:27).

Cho dù chúng ta ở địa vị giảng dạy người khác, nếu không quăng xa những ý tưởng riêng của mình và thân thể mình phải chịu phục theo cách của Phaolô đã từng, Đức Chúa Trời sẽ loại bỏ chúng ta. Ấy là vì *"Kẻ thù nghịch anh em là ma quỉ, như sư tử rống, đi rình mà chung quanh anh em, tìm kiếm người nào nó có thể nuốt được"* (1 Phi-e-rơ 5:8).

1 Cô-rinh-tô 10:12 có chép rằng, *"Vậy thì, ai tưởng mình đứng, hãy giữ kẻo ngã."* Thế giới thuộc linh là vô cùng và sự trưởng thành của chúng ta để ngày càng trở nên giống Đức Chúa Trời hơn cũng là sự không cùng. Theo cách mà người nông dân gieo hạt vào mùa xuân, chăm bón suốt cả mùa hè, và thu hoạch vào mùa thu, chúng ta phải luôn tiến tới để làm cho linh hồn chúng ta được trội hơn trong mỗi ngày và chuẩn bị cho cuộc gặp gỡ với Chúa Jêsus.

Vặn và nắm đầu

Những hình phạt nào đang chờ đợi kẻ bỏ cuộc nửa vời trong tiến trình cắt bì lòng mình vì tưởng rằng mình đã đứng vững, song, cuối cùng đã bị sa ngã?

Một cỗ máy trông giống như một sứ giả địa ngục, thiên sứ sa ngã, hành hạ người. Cỗ máy ấy to lớn hơn nhiều lần so với sứ giả địa ngục, chỉ cần nhìn vào cũng đủ khiến cho linh hồn bị hành hạ thấy rùng mình. Trên các tay của cỗ máy là những móng tay sắc nhọn dài hơn chiều cao trung bình của một người.

Cỗ máy hành hạ nầy nắm cổ linh hồn trong tay phải mình và nhấc bổng lên rồi vặn đầu kẻ ấy bằng tay trái nó với những móng vuốt sắc nhọn, những móng vuốt ấy ấn sâu vào não người. Làm sao có thể hình dung được nỗi đau nầy?

Ấy là sự đau đớn dữ dội trên thể xác; song sự đau đớn về tinh thần lại càng thêm hơn. Trước mắt của linh hồn là những hình ảnh lướt qua về những giây phút hạnh phúc nhất trong cuộc sống của người: cảm giác sung sướng khi lần đầu kinh nghiệm được ân sủng của Chúa, ca ngợi Ngài cách vui mừng, thời điểm khi người hăm hở hoàn thành mạng lệnh của Chúa Jêsus "Hãy đi môn đệ hóa muôn dân," và những sự tương tự.

Sự dày vò tinh thần và bị nhạo báng

Đối với linh hồn nầy, mỗi một cảnh tượng là một sự cay độc đâm thấu trong tâm can người. Ông ta có lần là đầy tớ của Đức Chúa Trời toàn năng và hy vọng được ở sẽ được ở nơi miền vinh hiển Giêrusalem Mới. Bấy giờ người bị nhốt trong nơi khốn khổ nầy. Sự tương phản nghiệt ngã làm tan nát lòng người. Linh hồn ấy không thể đựng thêm nữa với nỗi đau đớn tinh thần, với tấm thân đẫm máu, tóc tai rối bù, người úp mặt vào lòng bàn tay mình. Người cầu xin sự thương xót và kết thúc hình phạt, song sự đau đớn của người chẳng hề dứt.

Một lúc sau, cỗ máy hành hạ thả người xuống mặt đất. Bấy giờ các sứ giả địa ngục, những kẻ đã nhìn xem linh hồn ấy đau khổ, vây quanh và chế nhạo người mà rằng, "Làm sao ngươi có thể trở thành một đầy tớ của Đức Chúa Trời? Ngươi đã trở thành sứ đồ của Satan, và giờ ngươi là trò tiêu khiển của Satan."

Khi nghe những lời chế nhạo, người khóc nức nở và kêu cầu sự thương xót, hai ngón trên cánh tay phải cỗ máy hành hạ nắm lấy cổ mà nhấc bổng người lên. Chẳng thèm để ý đến nỗi quằn quại của linh hồn ấy, cỗ máy nhấc người người lên ngang tầm vai nó rồi dùng các móng tay sắc nhọn bên trái mà ấy vào đầu người. Cỗ máy đó gia thêm sự đau khổ bằng cách cho tái diễn lại những hình ảnh lướt qua. Sự hành hạ nầy sẽ còn cho tới Ngày Phán Xét.

Bị Trói Vào Thân Cây

Ấy là sự trừng phạt đối với một kẻ từng là đầy tớ của Đức Chúa Trời, kẻ có lần giảng dạy cho các anh em tín hữu trong hội thánh người và chịu trách nhiệm trong nhiều chức vụ quan trọng.

Chống lại Đức Thánh Linh

Con người nầy đã từng khao khát cháy lòng về sự được nổi tiếng, làm giàu, và quyền lực theo bốn tánh người. Người sốt sắng thực hiện các bổn phận song không nhận biết những yếu đuối mình. Đến một thời điểm nào đó, người không còn cầu nguyện nữa, và cũng không còn cố gắng cắt bì lòng mình. Vô tình, đủ thứ xấu xa như nấm độc mọc lên trong lòng người, rồi khi hội thánh ông phục vụ phải đối diện với những khó khăn nghiêm trọng, quyền lực Satan liền chiếm lấy người. Khi người chống lại Đức Thánh Linh sau khi bị Satan cám dỗ, tội lỗi người càng trở nên nghiêm trọng hơn vì người từng là một kẻ đứng đầu trong hội thánh và đã có ảnh hưởng rất tiêu đến nhiều anh em tín hữu và gây trở ngại đến công việc mở mang vương quốc của Chúa.

Phải chịu hành hạ và chế nhạo

Con người nầy bị trói vào một gốc cây ở Hạ Tầng Âm Phủ, sự trừng phạt nầy không khốc liệt bằng sự trừng phạt dành cho Giuđa Íchcarốt, song cũng vô cùng khốc liệt và không thể chịu nổi. Sứ giả địa ngục cho người nầy xem lại những hình ảnh lướt qua là những cảnh tượng nói về những lúc vui sướng nhất của cuộc đời người, hầu hết là những lúc người là một đầy tớ trung tín của Đức Chúa Trời. Sự dày vò tâm trí nầy nhắc nhở rằng mình có lần đã có một thời vui sướng và cơ hội để nhận lãnh ơn phước dư dật của Chúa, nhưng người chẳng hề chịu cắt bì lòng mình bởi lòng tham cùng những ý nghĩ sai lầm, bấy giờ người phải chịu sự trừng phạt ghê gớm ở nơi nầy.

Treo lơ lửng trên trần nhà là vô số những trái đen, sau khi cho người xem những hình ảnh lướt qua, sứ giả địa ngục chỉ lên trần nhà mà chế nhạo người rằng, "Ấy là trái ra từ sự tham lam ngươi!" Thế rồi trái đó lần lượt rơi. Mỗi trái là một chiếc đầu của những kẻ đi theo người trong việc chống lại Đức Chúa Trời. Chúng đồng phạm cùng linh hồn ấy, sau trải qua sự hành hạ kinh khủng, những bộ phận khác của thân thể đều bị cắt bỏ chỉ còn lại đầu và bị treo lơ lửng trên trần nhà. Chính linh hồn bị trói tại gốc cây nẩy đã thúc giục và cám dỗ những linh hồn đó trong thế gian để họ bước theo đường lối tham lam người mà làm ác, để rồi chúng trở thành trái của sự tham lam người.

Mỗi khi có đầy tớ địa ngục nhạo báng người, sự đó là một tín hiệu để những trái đó lần lượt rơi xuống rồi nẩy lên từng trái một. Sau đó một chiếc đầu bất ngờ lăn ra khỏi cái bao. Những vở kịch mang tính lịch sử hay tài liệu, hay những bộ phim mà cổ họng của nhân vật bị xé toạc thường khắc họa lại chân dung của người chết, tóc tai rối bù, mặt đầy máu, môi giộp lên, và hai mắt trừng trừng. Những cái đầu rơi từ trần nhà trông rất giống với những cái đầu trong những vở kịch hay những bộ phim như vậy.

Những chiếc đầu rơi từ trần nhà và nỗi dày vò của linh hồn ấy

Khi những chiếc đầu tái mét rơi xuống từ trần nhà, chúng lần lượt bám vào linh hồn ấy từng chiếc một. Trước hết, chúng bám vào và cắn đứt hai chân.

Một cảnh tượng khác từ những hình ảnh lướt qua trước mắt người và sứ giả địa ngục lại chế nhạo người mà rằng, "Hãy nhìn xem, sự tham lam của mầy đang treo lơ lửng kìa!" Tiếp theo đó, một chiếc bao khác rơi từ trần nhà, vỡ tung, và một chiếc đầu khác bám vào rồi cắn đứt tay của linh hồn một cách hiểm độc.

Cứ như vậy, mỗi khi sứ giả địa ngục nhạo báng người, đầu từ trần nhà lại rơi xuống, từng cái một. Chúng bám vào khắp người của linh hồn ấy và lủng lẳng như một cây nhiều trái. Cơn đau khi bị những chiếc đầu nẩy cắn là hoàn toàn khác so với bị ai đó hay con vật gì cắn khi còn ở thế gian. Nọc độc từ những vết cắn của những chiếc răng sắc nhọn ngấm vào tận trong xương, làm cho thân thể trở nên cứng đơ và thâm đen. Cơn đau ghê gớm hơn cả bị côn trùng cắn hay thú xé toạc da thịt ra từng mảnh.

Những linh hồn chỉ còn lại đầu đã từng phải chịu khốn đốn bởi sự hành hạ khi mà từng bộ phận thân thể bị cắt đứt và xé nát. Thật phẫn uất biết bao! Cho dù chống lại Đức Chúa Trời bởi sự ác của mình, dục vọng của người đã báo đáp cho sự sa ngã mình thật hiểm độc và kinh khiếp.

Linh hồn nầy biết khá rõ rằng mình bị trừng phạt về tội tham lam. Dẫu vậy, thay vì hối hận và ăn năn về tội mình, người chẳng ngớt lời rủa sả những linh hồn đang cắn xé nát người mình. Cơn đau mỗi lúc càng thêm, người lại càng trở nên xấu xa và độc ác thêm.

Chúng ta chớ phạm đến những tội không được tha

Tôi vừa đưa ra năm trường hợp điển hình về những sự trừng phạt giáng trên những kẻ chống lại Đức Chúa Trời. Những linh hồn ấy đã chịu sự trừng phạt nặng nề hơn nhiều linh hồn khác, vì cớ họ từng một thời đứng trong địa vị lãnh đạo hội thánh để mở mang vương quốc Đức Chúa Trời.

Chúng ta phải nhớ rằng ở đây có rất nhiều linh hồn, những người sa xuống Hạ Tầng Âm Phủ và đang chịu trừng phạt, mặc dù họ đã từng tin Chúa, đã từng sốt sắng và trung tín phụng sự Ngài, các đầy tớ và hội thánh Ngài.

Hơn nữa, phải nhớ rằng chớ nên nói xúc phạm, chống nghịch, hoặc phỉ báng Đức Thánh Linh. Tinh thần ăn năn sẽ không được ban cho những kẻ chống lại Đức Thánh Linh, đặc biệt vì điều nầy xảy ra sau khi họ đã có đức tin nơi Chúa và sau khi họ đã đích thân kinh nghiệm được công việc của Đức

Thánh Linh. Do vậy, họ thậm chí không thể ăn năn được.

Từ những ngày đầu chức vụ của tôi đến nay, tôi chẳng bao giờ chỉ trích bất kỳ hội thánh hay một đầy tớ nào của Chúa, và chẳng khi nào buộc tội họ là "dị giáo". Nếu hội thánh và mục sư nào đó tin vào Đức Chúa Trời Ba Ngôi, nhận biết có thiên đàng và địa ngục, rao giảng sứ điệp cứu rỗi qua Chúa Jêsus Christ, làm sao họ có thể là dị giáo?

Vả lại, việc buộc tội và dán nhãn một hội thánh hay một đầy tớ mà qua đó quyền năng và sự hiện diện của Chúa được bày tỏ và tái xác nhận, rõ ràng là chống lại Đức Thánh Linh. Hãy nhớ rằng, ấy là tội không được tha.

Do vậy, cho đến chừng nào lẽ thật chưa được biết chắc, không ai có thể buộc người khác là "dị giáo." Hơn nữa, chúng ta chớ nói phạm đến Đức Thánh Linh, hay làm trở ngại và chống lại Ngài.

Nếu chúng ta từ bỏ trách nhiệm được Chúa giao cho

Chúng ta không được tự ý từ bỏ trách nhiệm được Chúa giao phó trong bất kỳ hoàn cảnh nào. Đức Chúa Jêsus nhấn mạnh tầm quan trọng của trách nhiệm qua dụ ngôn về các talâng (Ma-thi-ơ 25).

Có một người kia, khi đi đường xa, gọi các đầy tớ mà giao của cải mình. Chủ đó cho người nầy năm talâng, người kia hai, người khác một, tùy theo tài năng của mỗi người. Đầy tớ thứ nhất được giao cho năm talâng, thứ nhì hai, người cuối cùng một. Người đầy tớ thứ nhất và thứ nhì đem tiền ra sử dụng và đem lợi về gấp đôi. Song, người chỉ nhận một thì đi đào lỗ dưới đất mà đi giấu tiền của chủ. Cách lâu ngày, chủ của các đầy tớ ấy trở về khiến họ tính số. Người đã nhận năm talâng và hai talâng bèn đến và mang theo số lợi nhuận gấp đôi. Chủ liền khen ngợi họ mà rằng, "Hỡi đầy tớ ngay lành trung tín kia!" Sau đó, người nhận một talâng bị loại bỏ vì ông chẳng làm gì với số tiền đó, nên cũng chẳng sinh lợi đồng nào, bèn là giữ nguyên số đó.

"Tài năng" trong dụ ngôn nầy nói đến bất kỳ trách nhiệm nào được Chúa giao cho. Chúng ta thấy Đức Chúa Trời từ bỏ kẻ chỉ biết nắm giữ lấy trách nhiệm. Cho đến bây giờ, có rất nhiều người chung quanh chúng ta từ bỏ trách nhiệm mà Chúa đã giao cho họ. Chúng ta phải biết rằng những ai tự ý từ bỏ bổn phận mình, ắt hẳn sẽ bị xét đoán trong Ngày Phán Xét.

Quăng xa sự giả hình và hãy cắt bì lòng mình

Chúa Jêsus cũng nói đến tầm quan trọng của việc cắt bì lòng mình khi Ngài quở trách các thầy dạy luật và người Pharisi là những kẻ giả hình. Những hạng người ấy trông có vẻ như trung tín trong cuộc sống, song, trong lòng họ đầy sự gian ác nên Chúa Jêsus đã quở trách và ví chúng như những mồ mả tô trắng.

> *Khốn cho các ngươi, thầy thông giáo và người Pharisi, là kẻ giả hình! Vì các ngươi giống như mồ mả tô trắng bề ngoài cho đẹp, mà bề trong thì đầy xương người chết và mọi thứ dơ dáy. Các ngươi cũng vậy, bề ngoài ra dáng công bình, nhưng ở trong thì chan chứa sự giả hình và tội lỗi* (Ma-thi-ơ 23:27-28).

Cũng giống như vậy, thật chẳng có chút giá trị nào khi chúng ta mặc lấy những thứ trang sức, hay những trang phục đẹp đẽ nhất mà trong lòng chúng ta chứa đầy những ganh ghét, thù hận và kiêu căng. Hơn hết mọi thứ, Đức Chúa Trời muốn chúng ta cắt bì lòng mình và quăng xa điều ác.

Truyền bá phúc âm, chăm sóc anh em tín hữu trong hội thánh, và phục vụ hội thánh đều là những việc quan trọng. Tuy nhiên, điều quan trọng nhất ấy là yêu mến Đức Chúa Trời, bước đi trong sự sáng, và mỗi ngày trở nên giống Chúa càng hơn. Chúng ta hãy nên thánh vì Đức Chúa Trời là thánh, và hãy trở nên trọn vẹn vì Đức Chúa Trời là trọn vẹn.

Một mặt, nếu chúng ta không bởi đức tin trọn vẹn và tấm lòng chân thành mà dâng lên Chúa sự sốt sắng của mình, nó có thể luôn bị thoái hóa và không thể làm đẹp lòng Đức Chúa Trời. Mặt khác, nếu người ta chịu cắt bì lòng mình hầu cho trở nên thánh khiết và trọn vẹn, tự tấm lòng người đó sẽ tỏa hương thơm thật sự đẹp lòng Đức Chúa Trời.

Vả lại, không cứ chúng ta biết được lời Chúa là bao nhiêu, điều quan trọng hơn đối với chúng ta là phải tâm trí mình cư xử và sống theo lời Chúa. Hãy luôn ghi nhớ về sự tồn tại của địa ngục đầy đau đớn, gột sạch tấm lòng mình, để khi Đức Chúa Jêsus trở lại, chúng ta sẽ là người trước hết ôm chặt lấy Ngài.

1 Cô-rinh-tô 2:12-14 nói rằng, *"Về phần chúng ta, chúng ta chẳng nhận lấy thần thế gian, nhưng đã nhận lấy Thánh Linh từ Đức Chúa Trời đến, hầu được hiểu biết những ơn mà chúng ta nhận lãnh bởi Đức Chúa Trời; chúng ta nói về ơn đó, không cậy lời nói mà sự khôn ngoan của loài người đã dạy đâu, song cậy sự khôn ngoan mà Đức Thánh Linh đã dạy, dùng tiếng thiêng liêng để giãi bày sự thiêng liêng. Vả, người có tánh xác thịt không nhận được những sự thuộc về Thánh Linh của Đức Chúa Trời; bởi chưng người ấy coi sự đó như là sự rồ dại, và không có thể hiểu được, vì phải xem xét cách thiêng liêng."*

Nếu không nhờ những công việc và sự giúp đỡ của Thánh Linh đã bày tỏ cho chúng ta bởi Đức Chúa Trời, làm thế nào có ai trong thế giới phàm tục nầy có thể nói được về những sự thiêng liêng và hiểu được chúng?

Chính Đức Chúa Trời đã bày tỏ những lời chứng nầy về địa ngục, do đó, mọi sự ở đây là thật. Hết thảy những hình phạt ở địa ngục đều rất kinh hãi đến mức thay vì nói hết mọi chi tiết, tôi chỉ chép lại một vài trường hợp. Cũng hãy nhớ rằng, trong số nhiều người bị sa xuống Hạ Tầng Âm Phủ, có những người có lần từng trung thực và thành tín với Đức Chúa Trời.

Nếu không đủ tư cách, ấy là, nếu chúng ta không còn tiếp tục cầu nguyện và cắt bì lòng mình nữa, chúng ta sẽ rất dễ dàng bị Satan cám dỗ để chống ngịch Đức Chúa Trời, để rồi cuối cùng phải bị ném vào địa ngục.

Tôi cầu nguyện trong danh Chúa hầu cho chúng ta sẽ biết được địa ngục là một nơi khủng khiếp và khốn khổ đến vô cùng, hãy cố gắng hết mình để nhiều người được cứu, dốc lòng cầu nguyện, sốt sắng rao truyền phúc âm, luôn tự tra xét mình hầu cho chúng ta được cứu rỗi cách trọn vẹn.

Chương 7

Sự Cứu Rỗi trong Kỳ Đại Nạn

Sự Hiện Đến Của Đấng Christ Và Sự Cất Lên
Bảy Năm Đại Nạn
Tuẫn Đạo Trong Kỳ Đại Nạn
Sự Hiện Đến Lần Hai của Đấng Christ và Thời Đại Hoàng Kim
Chuẩn Bị Để Trở Thành Tân Nương Xinh Đẹp của Chúa

*"Tin lành nầy về nước Đức Chúa Trời
sẽ được giảng ra khắp đất, để làm chứng cho muôn dân.
Bấy giờ sự cuối cùng sẽ đến."*
(Ma-thi-ơ 24:14)

*"Lại một vị thiên sứ khác, là vị thứ ba, theo sau,
nói lớn tiếng mà rằng: Nếu ai thờ phượng con thú cùng tượng nó,
và chịu dấu nó ghi trên trán hay trên tay, thì người ấy cũng vậy,
sẽ uống rượu thạnh nộ không pha của Đức Chúa Trời rót trong chén
thạnh nộ Ngài; và sẽ chịu đau đớn trong lửa và diêm ở trước mặt
các thiên sứ thánh và trước mặt Chiên Con. Khói của sự đau đớn
chúng nó bay lên đời đời. Những kẻ thờ lạy con thú và tượng nó,
cùng những kẻ chịu dấu của tên nó ghi,
thì cả ngày lẫn đêm không lúc nào được yên nghỉ."*
(Khải Huyền 14:9-11)

Khi để ý kỹ đến dòng lịch sử ngày nay, hoặc những lời tiên tri trong Kinh Thánh, chúng ta nhận thấy rằng thời giờ đã chín muồi và cận kề với ngày trở lại của Chúa. Trong những năm gần đây, có rất nhiều trận động đất và lũ lụt mà mức độ của nó chỉ so sánh được với mỗi lần trong hàng trăm năm.

Thêm vào đó, nạn cháy rừng liên tục trên diện rộng, bão lụt, đã để lại rất nhiều chết chóc và thương vong. Ở Phi Châu và Á Châu, rất nhiều người phải khốn đốn và chết đói do hạn hán lâu ngày gây ra. Phần lớn trong chúng ta đều đã chứng kiến và trải qua hiện tượng thời tiết thất thường do tầng ôzôn bị suy yếu gây ra, "El Ninô," "La Ninô" cùng nhiều thứ khác.

Hơn thế nữa, chiến tranh, xung đột giữa các quốc gia, khủng bố, và nhiều hình thức bạo lực khác dường như chẳng bao giờ kết thúc. Những hành động tàn bạo vượt quá những nguyên lý thông thường của con người đã trở thành sự kiện hàng ngày được miêu tả qua truyền thông đại chúng.

Những hiện tượng như vậy đã được Chúa Jêsus tiên báo hơn hai ngàn năm trước đây, khi trả lời câu hỏi của các môn đệ, *"Chúa cho chúng tôi biết lúc nào những sự đó sẽ xảy ra? Và có điềm gì chỉ về sự Chúa đến và tận thế?"* (Ma-thi-ơ 24:3)

Ví dụ, ngày nay những câu sau đã được ứng nghiệm như thế nào?

Dân nầy sẽ dấy lên nghịch cùng dân khác, nước nọ nghịch cùng nước kia; nhiều chỗ sẽ có đói kém và động đất. Song mọi điều đó chỉ là đầu sự tai hại (Ma-thi-ơ 24:7-8).

Thế thì, nếu có đức tin đích thực, chúng ta sẽ biết rằng ngày Chúa Jêsus trở lại đang rất gần, và sẽ tỉnh thức như năm người nữ đồng trinh khôn ngoan (Ma-thi-ơ 25:1-13). Đừng bao giờ để mình bị bỏ như năm người nữ đồng trinh còn lại kia là những kẻ đã không chuẩn bị đủ dầu cho đèn mình.

Sự Hiện Đến Của Đấng Christ Và Sự Cất Lên

Hơn hai ngàn năm trước đây, Đức Chúa Jêsus của chúng ta đã chết trên thập tự giá, đến ngày thứ ba Ngài sống lại, và thăng thiên về trời trước sự chứng kiến của nhiều người. Công Vụ 1:11 cho chúng ta biết rằng *"Jêsus nầy đã được cất lên trời khỏi giữa các ngươi, cũng sẽ trở lại như cách các ngươi thấy Ngài lên trời vậy."*

Chúa Jêsus sẽ trở lại giữa những đám mây

Jêsus Christ đã mở đường cứu rỗi, về trời, đang ngồi bên hữu Đức Chúa Trời, và đang chuẩn bị nơi ở cho chúng ta. Đến kỳ đã định và khi Ngài đã chuẩn bị nơi ở cho chúng ta xong rồi, Chúa Jêsus sẽ trở lại và đem chúng ta đi như Ngài đã hứa trong Giăng 14:3, *"Khi ta đã đi, và đã sắm sẵn cho các ngươi một chỗ rồi, ta sẽ trở lại đem các ngươi đi với ta, hầu cho ta ở đâu thì các ngươi cũng sẽ ở đó."*

Sự trở lại của Chúa Jêsus sẽ có điểm gì?

1 Tê-sa-lô-ni-ca 4:16-17 mô tả một cảnh tượng sẽ xảy đến khi Chúa Jêsus từ trên trời ngự xuống với muôn ngàn thiên binh, thiên sứ, cùng những kẻ chết trong Đấng Christ.

Vì sẽ có tiếng kêu lớn và tiếng của thiên sứ lớn cùng tiếng kèn của Đức Chúa Trời, thì chính mình Chúa ở trên trời giáng xuống; bấy giờ những kẻ chết trong Đấng Christ, sẽ sống lại trước hết. Kế đến chúng ta là kẻ sống, mà còn ở lại, sẽ cùng nhau đều được cất lên với những người ấy giữa đám mây, tại nơi không trung mà gặp Chúa, như vậy chúng ta sẽ ở cùng Chúa luôn luôn.

Thật huy hoàng biết bao, Chúa Jêsus Christ sẽ trở lại giữa muôn ngàn thiên binh thiên sứ giữa những đám mây! Bấy giờ, hết thảy những người được cứu bởi đức tin sẽ được cất lên trên không trung để chung dự Bảy Năm Đại Tiệc Cưới.

Những người đã chết song được cứu trong Đấng Christ sẽ trước hết được sống lại và được cất lên không trung, kế đến là những kẻ còn đang sống vào thời điểm Chúa Jêsus trở lại, thân thể họ sẽ biến đổi thành thân thể không hư nát.

Sự sung sướng vô ngần và Bảy năm Tiệc Cưới

"Sự sung sướng vô ngần" là một sự kiện mà những kẻ tin được cất lên không trung. Vậy, "không trung" được nói đến trong 1 Têsalônica 4 là nơi nào?

Ê-phê-sô 2:2 có nói rằng, *"Đều là sự anh đã học đòi, theo thói quen đời nầy, vâng phục vua cầm quyền chốn không trung, tức là thần hiện đang hành động trong các con bạn nghịch."* "không trung" ở đây nói đến nơi mà những ác linh đang nắm quyền.

Song nơi của những ác linh không ngụ ý đến trong Bảy năm Tiệc Cưới. Đức Chúa Trời, Cha Thánh chúng ta đã sắm sẵn một nơi đặc biệt cho Đại Tiệc nầy. Lý do Kinh Thánh gọi nơi đã sắm sẵn nầy là "không trung" giống với tên gọi của chốn thuộc về ác linh vì cả hai nơi nầy đều nằm trong một khoảng không.

Khi mơ hồ nhìn lên bầu trời, chúng ta có thể thấy khó hiểu chốn "không trung" – mà ở đó chúng ta sẽ được gặp mặt Chúa Jêsus và nơi mà Bảy năm Tiệc Cưới sẽ được tổ chức là nơi nào. Những câu trả lời cho những câu hỏi như vậy được tìm thấy trong những loạt bài giảng về Sáng Thế và phần hai của Thiên Đàng. Xin hãy tham khảo những sứ điệp ấy vì nó sẽ giúp chúng ta hiểu đúng về thế giới thuộc linh và tin theo Kinh Thánh.

Chúng ta có thể hình dung hết sự vui sướng mà những người tin theo Chúa Jêsus, những người đang chuẩn bị mình như tân nương của Ngài, là thế nào khi cuối cùng họ được gặp tân lang mình và dự vào đại tiệc cưới sẽ kéo dài trong bảy năm?

Chúng ta hãy hớn hở vui mừng, tôn vinh Ngài; vì lễ cưới Chiên Con đã tới, và vợ Ngài đã sửa soạn, đã cho người được mặc áo sáng láng tinh sạch bằng vải gai mịn (vải gai mịn tức là công việc công bình của các thánh đồ). Thiên sứ phán cùng tôi rằng: Hãy chép: Phước thay cho những kẻ được mời đến dự tiệc cưới Chiên Con! Người lại tiếp rằng: Đó là những lời chân thật của Đức Chúa Trời (Khải Huyền 19:7-9).

Một mặt, những người tin đó được cất lên không trung sẽ được nhận phần thưởng vì đã chiến thắng thế gian. Mặt khác, những người không được cất lên sẽ phải khốn đốn với những hoạn nạn chưa từng có từ trước đến nay do những ác linh gây ra, là những kẻ đã bị đuổi khỏi chốn không trung đến đất nầy khi Chúa Jêsus trở lại.

Bảy Năm Đại Nạn

Trong lúc những người tin là những kẻ được cứu sẽ vui mừng dự tiệc cưới cùng Chúa Jêsus Christ trong bảy năm, chia sẻ niềm với Ngài, và tính đến tuong lai vui sướng, hết thảy những người bị bỏ lại trên đất phải đối mặt với hoạn nạn kinh khủng chưa từng có trong bảy năm, những thảm họa kinh hoàng không thể tả được sẽ giáng lên loài người.

Thế chiến thứ III và dấu của con thú

Trong cuộc chiến hạt nhân trên diện toàn cầu sắp đến, Thế Chiến III, một phần ba cây cối trên đất nầy bị thiêu trụi và một phần ba loài người sẽ bị diệt. Trong cuộc chiến ấy, không khí hầu như không thể thở được, còn nước thì bị ô nhiễm nghiêm trọng, giá cả thực phẩm và những nhu yếu khác sẽ tăng vọt.

Dấu của con thú, "666," sẽ xuất hiện và mọi người đều bị ép phải nhận dấu đó trên trán hoặc bên tay phải. Nếu ai không chịu nhận dấu ấy thì nhân thân họ sẽ không được bảo đảm, bản thân người đó sẽ không được làm bất kỳ một công việc kinh doanh hay mua bán nào ngay cả những điều cần thiết.

Nó cũng khiến mọi người, nhỏ và lớn, giàu và nghèo, tự chủ và tôi mọi, đều chịu ghi dấu hoặc trên tay hữu, hoặc trên trán, hầu cho người nào không có dấu ấy, nghĩa là không có danh con thú hay số của tên nó, thì không thể mua cùng bán được. Đây tỏ ra sự khôn ngoan: kẻ nào thông minh, hãy tính số con thú, vì đó là một số người, số nó là sáu trăm sáu mươi sáu (Khải Huyền 13:16-18).

Trong số những bị bỏ lại sau sự Hiện Đến của Chúa Jêsus và sự Cất Lên là những kẻ đã nghe phúc âm hoặc từng đi đến với hội thánh, và bấy giờ nhớ lại lời Chúa.

Có những người cố tình từ bỏ đức tin mình, những người khác thì nghĩ rằng mình tin Chúa nhưng vẫn bị bỏ lại. Nếu những người nầy đã tin vào Kinh Thánh cách trọn lòng, họ sẽ có một đời sống tin kính trong Đấng Christ.

Họ luôn lãnh đạm và thờ ơ mà tự nhủ rằng, "Ta sẽ chỉ có thể biết được thiên đàng hay địa ngục sau khi chết," do vậy, họ chẳng có đức tin để được cứu.

Những hình phạt đối với những ai nhận dấu của con thú

Đó là những người nhận ra mọi lời trong Kinh Thánh là lẽ thật chỉ sau khi chứng kiến sự Cất Lên. Họ đau đớn và khóc than trong cay đắng. Họ run sợ, hối tiếc vì đã không sống theo ý Chúa và liều lĩnh trên con đường cứu rỗi. Vả lại, vì cớ họ biết rằng việc nhận dấu của con thú sẽ chỉ đưa họ xuống địa ngục, họ làm tất cả những gì có thể để không nhận dấu đó. Họ cố gắng chứng tỏ đức tin của mình ngay cả trong lúc như vậy.

Lại có một vị thiên sứ khác, là vị thứ ba, theo sau, nói lớn tiếng mà rằng: "Nếu ai thờ phượng con thú và tượng nó, và chịu dấu nó ghi trên trán hay trên tay, thì người ấy cũng vậy, sẽ uống rượu thạnh nộ không pha của Đức Chúa Trời rót trong chén thạnh nộ Ngài; và sẽ chịu đau đớn trong lửa và diêm ở trước mặt các thiên sứ thánh và trước mặt Chiên Con. Khói của sự đau đớn chúng nó bay lên đời đời. Những kẻ thờ lạy con thú và tượng nó, cùng những kẻ chịu dấu của tên nó ghi, thì cả ngày lẫn đêm không lúc nào được yên nghỉ. Đây tỏ ra sự nhịn nhục của các thánh đồ: Chúng giữ điều răn của Đức Chúa Trời và giữ lòng tin Đức Chúa Jêsus" (Khải Huyền 14:9-12).

Dẫu vậy, thật chẳng dễ dàng để từ chối việc nhận dấu của con thú, đặc biệt trong một thế giới mà ác linh hoàn toàn chiếm quyền thống trị trên mọi sự. Cùng thời điểm ấy, những ác linh cũng biết rằng hễ ai không chịu nhận dấu 666 và tuẫn đạo thì sẽ được cứu rỗi. Do đó chúng sẽ không bỏ cuộc cách dễ dàng.

Trong những ngày của hội thánh Cơ Đốc đầu tiên cách đây hơn hai ngàn năm, nhiều thế lực cầm quyền đã ngược đãi Cơ Đốc Nhân bằng cách đóng đinh, chặt đầu, hoặc làm mồi cho sư tử. Nếu người ta bị ngược đãi và giết chết theo cách nầy, thì vô số người sẽ nhận lấy cái chết nhanh chóng trong Bảy Năm Đại Nạn. Tuy nhiên, những ác linh trong thời gian nầy sẽ không đối xử cách dễ dàng với những người bị bỏ lại. Những ác linh sẽ tìm mọi cách để ép người ta chối bỏ Chúa Jêsus, chúng huy động mọi nguồn lực sẵn có để chống lại con người. Điều nầy không có nghĩa rằng người ta có thể tự sát để thoát khỏi sự hành hạ, vì tự sát chỉ có thể đi vào địa ngục.

Những người sẽ tuẫn đạo

Chúng đã được biết qua một số cách thức hành hạ tàn nhẫn mà những ác linh đã sử dụng. Trong kỳ Đại Nạn, những phương thức hành hạ vượt quá sự tưởng tượng sẽ được sự tùy ý sử dụng. Hơn nữa, vì sự hành hạ hầu như không thể chịu nổi, chỉ số ít người được cứu trong giai đoạn nầy.

Vì vậy, hết thảy chúng ta phải luôn tỉnh thức khỏi cơn mê thuộc linh và có đức tin để được cất lên không trung lúc Chúa Jêsus trở lại.

Trong lúc cầu nguyện, Đức Chúa Trời đã tỏ cho tôi một

sự hiện thấy với cảnh tượng người ta bị bỏ lại sau sự Cất Lên và phải chịu đủ thứ khổ hình. Tôi thấy hầu hết người ta đều không chịu nổi và cuối cùng không thể chống đỡ được mà chịu thua ác linh.

Sự khổ hình xếp loại từ lột da, bẻ gãy và đập vỡ các khớp xương, cho đến chẻ các đầu ngón tay và ngón chân, đổ dầu sôi lên người. Một số người có thể tự mình chịu đựng được với khổ hình song không thể chịu nổi khi nhìn thấy các bậc cha mẹ hay con cái bé nhỏ mình phải chịu khốn đốn, cuối cùng họ cũng phải chịu dấu 666.

Dẫu vậy, vẫn có một số ít người ngay thẳng có thể thắng mọi cám dỗ và khổ hình. Họ được cứu rỗi, cho dù là sự cứu rỗi đáng thẹn và được vào Parađi, nơi thuộc về thiên đàng, họ vui mừng và biết ơn vì không phải sa vào địa ngục.

Ấy là lý do tại sao chúng ta phải rao truyền sứ điệp về địa ngục đến với mọi người. Cho dù bây giờ người ta dường như chẳng thèm quan tâm, song nếu họ nhớ lại điều nầy trong kỳ Đại Nạn, thì điều ấy sẽ mở đường cứu rỗi cho họ.

Một số người nói rằng, họ sẽ tuẫn đạo để được cứu rỗi nếu sự Cất Lên thật sự xảy đến và họ bị bỏ lại.

Tuy nhiên, nếu không thể có đức tin trong lúc bình yên, thì làm sao họ có thể giữ được đức tin mình giữa lúc hành hạ dã man? Chúng ta không thể nói trước điều gì sẽ xảy đến cho mình trong mười phút đến. Nếu họ chết thậm chí trước khi có cơ hội tuẫn đạo, chỉ có địa ngục đang chờ họ.

Tuẫn Đạo Trong Kỳ Đại Nạn

Để giúp anh chị em dễ hiểu hơn về nỗi khổ trong kỳ Đại Nạn hầu cho chúng ta luôn tỉnh thức tâm linh mình để thoát khỏi sự ấy, tôi xin được phép nói thêm một điển hình về một linh hồn.

Vì người nữ nầy được đầy ơn của Chúa, bà có thể nghe và nhìn thấy vinh hiển lớn lao và thậm chí cả những điều kín nhiệm của Đức Chúa Trời. Song, lòng bà đầy sự xấu xa, còn đức thì rất tầm thường.

Với những ân tứ đó, bà đã thực hiện nhiều nhiệm vụ quan trọng, nắm giữ vai trò quan trọng trong việc mở mang vương quốc Đức Chúa Trời, những công việc của bà thường là đẹp lòng Đức Chúa Trời. Người ta rất dễ cho rằng, "Những người nắm vai trò quan trọng trong hội thánh phải là những người nam và người nữ có đức tin lớn!"

Song, không nhất thiết phải như vậy. Song theo cái nhìn của Đức Chúa Trời, trong rất nhiều tín nhân chẳng ai có đức tin "lớn." Đức Chúa Trời không đánh giá chúng ta theo đức tin xác thịt, bèn là đức tin thiêng liêng.

Đức Chúa Trời cần đức tin thiêng liêng

Chúng ta hãy xem xét "đức tin thiêng liêng" qua trường hợp về sự giải cứu Dân Ysơraên ra khỏi xứ Êdíptô. Những người Ysơraên đã tận mắt nhìn thấy và kinh nghiệm Mười Tai Họa của Đức Chúa Trời. Họ chứng kiến Biển Đỏ rẽ đôi, Pharaôn cùng binh lính người bị nhận chìm trong đó. Họ đã kinh nghiệm được sự hướng dẫn của Chúa bằng trụ mây ban ngày và trụ lửa ban đêm. Hàng ngày họ ăn mana từ trời, nghe tiếng Đức Chúa Trời ngự trong những đám mây, nhìn thấy những công việc đầy quyền phép của Ngài. Họ uống nước ra từ hòn đá khi Môise dùng gậy đập lên nó, và nhìn thấy nước đắng Marát hóa thành nước ngọt. Mặc dù liên tục chứng kiến nhiều công việc và dấu lạ của Đức Chúa Trời hằng sống, đức tin của họ đã chẳng thể đẹp lòng Chúa, cũng chẳng được Ngài chấp nhận. Vậy nên, rốt cuộc họ chẳng thể vào được Đất Hứa xứ Canaan (Dân Số 20:12).

Một mặt, nếu đức tin của người ta mà không có việc làm, cho dù họ biết lời Chúa và chứng kiến hoặc nghe nhiều công việc cùng phép lạ của Đức Chúa Trời, thì ấy chẳng phải đức tin thật. Mặt khác, nếu chúng ta có được đức tin thiêng liêng, chúng ta sẽ không ngừng học hỏi lời Chúa; chúng ta sẽ làm theo lời Chúa, cắt bì lòng mình, và tránh xa mọi điều ác. Cho dù có đức tin "lớn" hay "nhỏ" đều được định bởi mức độ chúng ta vâng phục lời của Đức Chúa Trời, ăn ở và sống theo điều đó, để ngày càng có tấm lòng trở nên giống Chúa.

Liên tục bất tuân trong sự kêu ngạo

Ở phương diện nầy, người nữ ấy có rất ít đức tin. Có lúc bà cố gắng cắt bì lòng mình song không từ bỏ hết điều ác. Thêm vào đó, vì cớ ở trong địa vị rao giảng lời Chúa, khiến bà càng trở nên kiêu ngạo hơn.

Người nữ ấy nghĩ rằng mình có đức tin lớn. Bà đã đi quá xa đến mức nghĩ rằng ý Chúa sẽ không thể được hoàn thành hay được thực hiện nếu có sự hiện diện hay giúp đỡ của bà. Dần dần, thay vì dâng vinh hiển lên Đức Chúa Trời về những ân tứ được ban cho từ Chúa, bà muốn dành sự khen ngợi cho riêng mình. Vả lại, bà đã sử dụng tài sản của Chúa một cách tùy tiện để thỏa mãn những ước muốn tội lỗi của mình.

Bà liên tục lặp lại sự bất tuân. Thậm chí bà biết Chúa muốn bà đi xuống phía đông, thì bà đi hướng tây. Theo cách mà Đức Chúa Trời đã ruồng bỏ Saulơ vị vua đầu tiên của Ysơraên vì sự kêu ngạo của người (1 Sa-mu-ên 15:22-23), cho dù có lúc người ta được Chúa sử dụng như những công cụ để hoàn thành hoặc mở mang vương quốc của Ngài, sontg cứ liên tục bất tuân, thì chỉ khiến cho Chúa ngoảnh mặt khỏi họ.

Vì có biết lời Chúa, bà ta nhận biết tội lỗi mình và liên tục ăn năn. Dầu vậy, sự cầu nguyện ăn năn của bà chỉ sự đầu môi chót lưỡi, không phải tự tấm lòng. Bà cứ lặp lại tội lỗi mình, do đó càng làm tăng thêm bức tường tội lỗi ngăn cách chính bà với Đức Chúa Trời.

2 Phi-e-rơ 2:22 cho chúng ta biết rằng, *"Đã xảy đến cho chúng nó như lời tục ngữ rằng: 'Chó liếm lại đồ nó đã mửa, heo đã rửa sạch rồi, lại lăn lóc trong vũng bùn.'"* Sau khi ăn năn tội lỗi rồi, bà lại tiếp tục phạm cùng tội đó hết lần nầy đến lần khác.

Cuối cùng bị bắt phục bởi chính sự kiêu ngạo, tham lam, và rất nhiều những tội lỗi của mình, Đức Chúa Trời đã lìa bỏ bà để dần dần bà trở nên công cụ ccủa Satan trong công việc chống lại Đức Chúa Trời.

Khi được trao cho cơ hội cuối cùng để ăn năn

Nói chung, những ai nói lời chống nghịch, hay phỉ báng Đức Thánh Linh thì không thể được tha. Họ chẳng bao giờ được ban cho cơ hội để ăn năn, và họ sẽ phải sa xuống Hạ Tầng Âm Phủ.

Song, có điều gì đó khác biệt đối với người nữ nầy. Bất chấp mọi tội lỗi và điều xấu xa mà bà đã liên tục làm buồn lòng Chúa, Ngài vẫn để cho bà một cơ hội cuối cùng để ăn năn. Bởi vì bà có lần là công cụ vô giá cho vương quốc của Ngài. Cho dù người nữ nầy đã từ bỏ bổn phận mình và lời hứa vinh quang cùng phần thưởng trên thiên đàng, song vì bà đã làm hài lòng Chúa rất nhiều, Ngài đã ban thêm cho bà một cơ hội cuối cùng.

Bà vẫn chống lại Đức Chúa Trời, và Thánh Linh trong bà cũng không còn nữa. Dầu vậy, bởi ân điển đặc biệt của Đức Chúa Trời, người nữ nầy đã ban cho một cơ hội cuối cùng để năn hầu cho được cứu trong kỳ Đại Nạn qua việc tuẫn đạo.

Ý tưởng của bà vẫn còn mắc kẹt trong bẫy của Satan, song sau sự kiện Cất Lên, bà sẽ tỉnh trí lại. Vì bà hiểu lời Chúa khá rõ, bà cũng hiểu rõ con đường phía trước. Sau khi nhận biết điều nầy, con đường duy nhất để được cứu là tuẫn đạo, bà sẽ trọn lòng ăn năn, hiệp nhau cùng những Cơ Đốc Nhân bị bỏ lại, thờ phượng, ngợi khen, và cùng cầu nguyện với họ để chuẩn bị cho sự tuẫn đạo của mình.

Sự tuẫn đạo và sự cứu rỗi đáng thẹn

Khi đến kỳ, bà sẽ từ chối nhận dấu 666 và rồi bị lôi đi để chịu hành hạ bởi những kẻ do Satan điều khiển. Chúng lột da bà từng lớp một. Thậm chí chúng dùng lửa để đốt những nơi mềm mại nhất và kín đáo nhất của cơ thể bà. Chúng bày mưu để hành hạ bà một cách đau đớn nhất và kéo dài nhất. Ngay sau đó căn phòng đầy mùi thịt cháy của bà. Thân thể bà đẫm máu từ đầu đến chân, dầu bà gục xuống, mặt bà thâm đen, trông giống như một xác chết.

Nếu có thể chịu nổi sự hành hạ nầy cho đến cuối cùng, bất chấp vô số những tội lỗi và sự ác trong quá khứ của mình, bà ít nhất sẽ nhận được sự cứu rỗi đáng thẹn và được vào Parađi. Tại đây, miền ngoại biên của thiên đàng và là nơi xa xôi nhất với Ngai Đức Chúa Trời, người nữ nầy sẽ than khóc về những việc làm của bà trong đời nầy. Đương nhiên, bà sẽ rất biết ơn và vui mừng vì đã được cứu rỗi. Song, những năm tháng đến bà sẽ hối tiếc và khao khát về Giêrusalem Mới, mà rằng, "Giá như mình đã từ bỏ điều ác và trọn lòng làm công việc được Chúa giao cho, mình đã được vào nơi vinh hiển nhất trong Giêrusalem Mới..." Khi nhìn thấy những người quen ở đời nầy được sống trong Giêrusalem Mới, bà luôn cảm thấy xấu hổ và ngượng.

Nếu bà ta nhận dấu 666

Nếu không chịu nổi sự khổ hình mà phải nhận dấu của con thú, trước thời đại Hoàng Kim, bà sẽ bị ném vào Hạ Tầng Âm Phủ và bị trừng phạt bằng cách đóng đinh trên thập tự giá ngay phía sau Giuđa Íchcariốt. Sự trừng phạt của bà ở Hạ Tầng Âm Phủ là sự tái diễn những gì bà đã trải qua trong kỳ Đại Nạn. Hơn một ngàn năm qua, da thịt của thân thể bà sẽ bị lột nữa và lại tiếp tục bị đốt bằng lửa.

Những sứ giả địa ngục hết thảy những kẻ làm ác theo bà sẽ hành hạ bà. Họ cũng bị trừng phạt tùy theo những công việc ác họ đã làm, họ trút đau đớn và giận của mình lên bà.

Họ chịu trừng phạt như vậy cho đến cuối Thời Đại Hoàng Kim. Sau sự Phán xét, những linh hồn nầy sẽ đi vào địa ngục nơi có lửa và diêm sinh cháy bừng và chỉ có những hình phạt khốc liệt hơn đang chờ họ.

Sự Hiện Đến Lần Hai của Đấng Christ và Thời Đại Hoàng Kim

Như đã nói trên, Chúa Jêsus Christ sẽ trở lại trên không trung và những người được cất lên sẽ được vui hưởng bảy năm tiệc cưới cùng Ngài, trong khi Đại Nạn xảy ra dưới sự điều khiển của ác linh là những kẻ bị đuổi từ chốn không trung.

Lúc bấy giờ, Chúa Jêsus Christ trở lại thế gian và Thời Đại Hoàng Kim bắt đầu. Trong thời kỳ nầy, những ác linh bị nhốt ở vực sâu. Những kẻ dự Bảy Năm Tiệc Cưới và những kẻ tuẫn đạo trong kỳ Đại Nạn trị vì cả thế gian và chia sẻ tình yêu thương cùng Chúa Jêsus Christ trong một ngàn năm.

Phước thay và thánh thay những kẻ được phần về sự sống lại thứ nhất! Sự chết thứ nhì không có quyền gì trên những người ấy; song những người ấy sẽ làm thầy tế lễ của Đức Chúa Trời và của Đấng Christ, cùng sẽ trị vì với Ngài trong một ngàn năm (Khải Huyền 20:6).

Một số ít những con người phàm tục sống sót sau kỳ Đại Nạn cũng sẽ được sống trên đất trong Thời Đại Hoàng Kim. Dẫu vậy, những kẻ chết mà không được cứu sẽ tiếp tục chịu trừng phạt ở Hạ Tầng Âm Phủ.

Vương quốc của Thời Đại Hoàng Kim

Khi Thời Đại Hoàng Kim đến, người ta sẽ được vui hưởng cuộc sống bình yên giống như những ngày ở Vườn Êđen, vì bấy giờ chẳng có một ác linh nào. Chúa Jêsus Christ và những kẻ được cứu, những người thuộc về trời sống trong một cái thành giống những lâu đài của những vị vua cách biệt với những con người phàm tục. Những con người thuộc về trời sống trong thành, còn những con người phàm tục là những kẻ sống sót sau Đại Nạn sống bên ngoài thành.

Trước Thời Đại Hoàng Kim, Chúa Jêsus Christ đã làm sạch trái đất. Ngài lọc trong bầu không khí ô nhiễm, và làm mới lại những cây cối, núi đồi, cùng sông suối. Ngài dựng nên một môi trường xinh đẹp.

Con người phàm tục thỏa sức sinh đẻ vì họ chỉ còn lại rất ít. Khí hậu trong lành và sự vắng bóng ma quỉ không còn chỗ cho bệnh tật và điều ác trong lòng của những con người phàm tục, bấy giờ những sự đó đều không có xảy ra vì những ác linh là nguyên nhân của những việc xấu xa đều bị nhốt ở Vực Sâu.

Như những ngày trước thời Nôê, bấy giờ con người sẽ sống hàng trăm tuổi. Trong một ngàn năm, con người sẽ lại đầy dẫy trên đất. Con người không ăn thịt mà chỉ ăn hoa quả vì chẳng hề có sự sát sanh.

Hơn nữa, sẽ tốn một thời gian khá lâu để người ta có thể đạt đến sự tiến bộ về khoa học như ngày nay vì hầu nền văn minh đều sẽ bị hủy diệt trong chiến tranh đương lúc Đại Nạn. Theo dòng thời gian, trình độ văn minh của họ có thể đạt tới như ngày nay khi sự hiểu biết và khôn ngoan của họ tăng lên.

Công dân thiên đàng và con người phàm tục chung sống với nhau

Những công dân thiên đàng đang sống cùng Chúa Jêsus Christ trên đất không nhất thiết phải ăn uống giống như người phàm tục, vì những người thuộc về trời đã biến đổi thành thân thể phục sinh, những hình thể thiêng liêng. Họ thường hấp thụ những hương vị từ những loại hoa quả, song nếu muốn, họ có thể dùng những thức ăn của người phàm tục. Dầu vậy, những con người thuộc về trời không mấy ưa thích những thức ăn phàm tục, cho dù nếu ăn vào, họ cũng chẳng bài tiết theo cách của con người phàm tục. Như Chúa Jêsus phục sinh đã thở ra sau khi ăn một miếng cá, thức ăn những con người thuộc về trời ăn vào cũng phân hủy qua hơi thở.

Những công dân thiên đàng cũng rao giảng và làm chứng về Chúa Jêsus cho những con người phàm tục, hầu cho cuối Thời Đại Hoàng Kim khi những ác linh được thả khỏi Vực Sâu, những con người phàm tục sẽ không bị cám dỗ. Ấy là trước kỳ Phán Xét, vậy, Đức Chúa Trời không nhốt luôn những ác linh ở Vực Sâu song chỉ trong một ngàn năm (Khải Huyền 20:3).

Vào cuối Thời Đại Hoàng Kim

Khi Thời Đại Hoàng Kim kết thúc, những ác linh là những kẻ bị nhốt ở Vực Sâu trong một ngàn năm được thả tự do một thời gian ngắn. Khi những con người phàm tục đang sống bình yên thì những ác linh đó bắt đầu cám dỗ và lừa dối họ. Hầu hết những người phàm tục đều bị cám dỗ và lừa dối bất chấp sự dạy dỗ để chống lại sự ấy mà những người thuộc về trời đã dành cho họ là bao nhiêu. Mặc dù những người thuộc về trời đã cảnh báo rất rõ ràng về những sự hầu đến, tuy vậy, những người phàm tục đã bị xúi giục và chuẩn bị phát động cuộc chiến chống lại những người thuộc về trời.

Khi ngàn năm mãn rồi, quỉ Satan sẽ được thả, nó ra khỏi ngục mình đặng dỗ dành dân bốn phương trên đất, dân Gót và dân Magót; nó nhóm chúng lại để chiến tranh, đông như các bờ biển... Chúng nó lên khắp trên các vùng rộng trên mặt đất, vây dinh thánh đồ và thành yêu dấu. Nhưng có lửa từ trên trời rơi xuống thiêu diệt chúng nó (Khải Huyền 20:7-9).

Tuy nhiên, Đức Chúa Trời sẽ dùng lửa để diệt những người phàm tục là những kẻ phát động cuộc chiến, sẽ quăng những ác linh vừa mới thả tự do trong một thời gian ngắn vào Vực Sâu sau sự Phán Xét Trước Ngai Trắng và Lớn.

Cuối cùng, những người phàm tục là những kẻ gia tăng số lượng trong Thời Đại Hoàng Kim cũng sẽ chịu phán xét theo sự công bình của Chúa. Một mặt, hết thảy những kẻ không được cứu – trong đó có những kẻ sống sót qua Bảy Năm Đại Nạn – đều bị ném vào địa ngục. Mặt khác, những người được cứu sẽ vào thiên đàng tùy theo đức tin của họ, sẽ được sống ở những nơi khác nhau trong thiên đàng, như Giêrusalem Mới, Parađi, v.v...

Sau sự Phán Xét Trước Ngai Trắng và Lớn, thế giới thuộc linh được ra thành thiên đàng và địa ngục. Tôi sẽ giảng giải sâu hơn về điều nầy trong chương tiếp theo.

Chuẩn Bị Để Trở Thành Tân Nương Xinh Đẹp của Chúa

Để khỏi bị bỏ lại trong kỳ Đại Nạn, chúng ta phải sửa soạn mình để trở nên tân nương xinh đẹp của Chúa Jêsus Christ và nghênh tiếp Ngài vào thời khắc Tái Lâm.

Ma-thi-ơ 25:1-13 là dụ ngôn nói về mười người nữ đồng trinh, là một bài học lớn dành cho hết thảy những kẻ tin. Cho dù xưng nhận đức tin nơi Đức Chúa Trời, chúng ta sẽ không thể nghênh tiếp tân lang Jêsus Christ nếu chúng ta không chuẩn bị đủ dầu cho đèn mình. Năm người nữ đồng trinh khôn ngoan đã chuẩn bị đủ dầu nhờ vậy họ có thể nghênh tiếp tân lang mình và được vào chung vui đại tiệc cưới. Năm người nữ đồng trinh kia không chuẩn bị đủ dầu nên không thể vui hưởng đại tiệc.

Vậy, làm thế nào để chúng ta có thể sửa soạn mình như năm người nữ khôn ngoan kia, trở thành tân nương xinh đẹp của Chúa, để khỏi phải sa vào Đại Nạn bèn là được dự phần trong Đại Tiệc Cưới?

Cầu nguyện sốt sắng và tỉnh thức

Cho dù là một người mới tin và đức tin còn yếu, miễn sao chúng ta cố gắng hết sức để cắt bì lòng mình, Đức Chúa Trời sẽ gìn giữ chúng ta an toàn trong giữa những cuộc thử thách nảy lửa. Bất luận những hoàn cảnh khó khăn thế nào, Đức Chúa Trời sẽ che phủ chúng ta trong sự bình an và khiến chúng ta dễ dàng vượt qua mọi thử thách.

Song, Đức Chúa Trời không thể che chở thậm chí những kẻ có thể là tín đồ từ lâu, đã thực hiện bổn phận được Chúa giao cho, và biết rất nhiều lời Chúa, nếu họ không cầu nguyện nữa, không còn ở trong tiến trình nên thánh nữa, cũng chẳng còn tiếp tục cắt bì lòng mình.

Khi đối diện với khó khăn thử thách, chúng phải có khả năng nhận biết được tiếng của Đức Thánh Linh để vượt qua chúng. Song, nếu không cầu nguyện, làm sao chúng ta có thể nghe được tiếng phán của Đức Thánh Linh để có một đời sống đắc thắng? Khi không trọn vẹn đầy dẫy Thánh Linh, chúng ta ngày càng cậy vào ý tưởng riêng của mình rồi liên tục vấp ngã, bị Satan cám dỗ.

Vả lại, vì rằng chúng ta đang đến gần thời cuối cùng, ma quỉ rình mò như sư tử rống để tìm kiếm kẻ nào nó có thể nuốt được vì chúng biết sự cuối cùng của chúng đang đến gần. Chúng ta thường thấy những học sinh lười nhất thường học như nhồi nhéc đến mức mất ngủ trong những ngày gần đến kỳ thi. Cũng vậy, nếu là một tín đồ nhận biết rằng mình đang sống cận kề với ngày sau rốt, chúng ta phải tỉnh thức và chuẩn bị mình như một tân nương xinh đẹp của Chúa.

Từ bỏ điều tai hại và trở nên giống Chúa

Những hạng người nào luôn giữ cho mình được tỉnh thức? Ấy là những người luôn cầu nguyện, luôn đầy dẫy Thánh Linh, tin lời Chúa, và sống theo lời Ngài.

Khi tỉnh thức luôn, chúng ta sẽ luôn trò chuyện với Đức

Chúa Trời hầu cho chúng ta không ác linh cám dỗ. Hơn nữa, chúng ta có thể dễ dàng vượt qua gian nan thử thách vì Đức Thánh Linh sẽ khiến chúng ta biết trước về những sự hầu đến, dẫn dắt, và cho chúng ta nhận biết về lời của lẽ thật. Song, những kẻ không tỉnh thức không thể nghe được tiếng của Đức Thánh Linh nên họ dễ dàng bị ma qui, để rồi đi vào con đường chết. are easily tempted by Satan, and go to the way of death. Giữ được sự tỉnh thức là cắt bì lòng mình, ăn ở và sống theo lời Đức Chúa Trời, và được thánh hóa.

Khải Huyền 22:14 cho chúng ta biết rằng *"Phước cho những kẻ giặt áo mình đặng có phép đến nơi cây sự sống và bởi các cửa mà vào trong thành."* Trong phân đoạn nầy, "áo" nói đến trang phục trang trọng. Về mặt thuộc linh, "áo" nói đến tấm lòng và đức hạnh của chúng ta. "giặt áo mình" tượng trưng cho việc quăng xa điều tai hại và làm theo lời Chúa để được nên thánh và ngày càng trở nên giống Chúa Jesus Christ hơn. Những ai được thánh hóa theo cách nầy thì có quyền bước qua các cửa thiên đàng mà vui hưởng sự sống vĩnh hằng.

Người ta giặt áo mình trong đức tin

Làm thế nào để có thể giặt áo mình cách trọn vẹn? Trước hết chúng ta phải cắt bì lòng mình bằng lời chân lý và cầu nguyện hết lòng. Nói các khác, chúng ta phải quăng xa mọi điều giả dối và tai hại ra khỏi lòng mình và chỉ chứa đầy lẽ thật. Như chúng ta gột rửa vết bẩn trên áo mình trong nước sạch, chúng ta hãy gột rửa những điều tội lỗi, gian ác, và tai hại trong lòng mình bằng lời của Đức Chúa Trời, nước của sự sống, và mặc lấy tấm áo của lẽ thật có đồng tâm tình với Chúa Jêsus Christ. Đức Chúa Trời sẽ ban phước cho những ai bày tỏ đức tin mình qua việc làm và cắt bì lòng họ.

Khải Huyền 3:5 nói rằng, *"Kẻ nào thắng sẽ được mặc áo trắng như vậy. Ta sẽ không xóa tên ngươi khỏi sách sự sống và sẽ nhận danh người trước mặt Cha ta, cùng trước mặt các thiên sứ Ngài."* Những người nhờ đức tin mà thắng thế gian và đi trong lẽ thật sẽ được vui hưởng sự sống vĩnh hằng trong nước thiên đàng vì họ có tấm lòng chân thật và ở họ chẳng có sự xấu xa nào.

Thay vì, những kẻ sống trong tối tăm chẳng có can hệ gì với Đức Chúa Trời không kể họ đã có thể trở thành Cơ Đốc Nhân được bao lâu, bởi vì ắt hẳn họ có tiếng là sống, nhưng mà chết (Khải Huyền 3:1). Thế thì, hãy luôn luôn đặt hy vọng mình vào chính Đức Chúa Trời là Đấng chẳng hề phán xét chúng ta theo con người bề ngoài song xem xét tấm lòng và công việc của mỗi chúng ta. Cũng hãy cầu nguyện luôn và làm theo lời Chúa hầu cho chúng ta có thể đạt được sự cứu rỗi trọn vẹn.

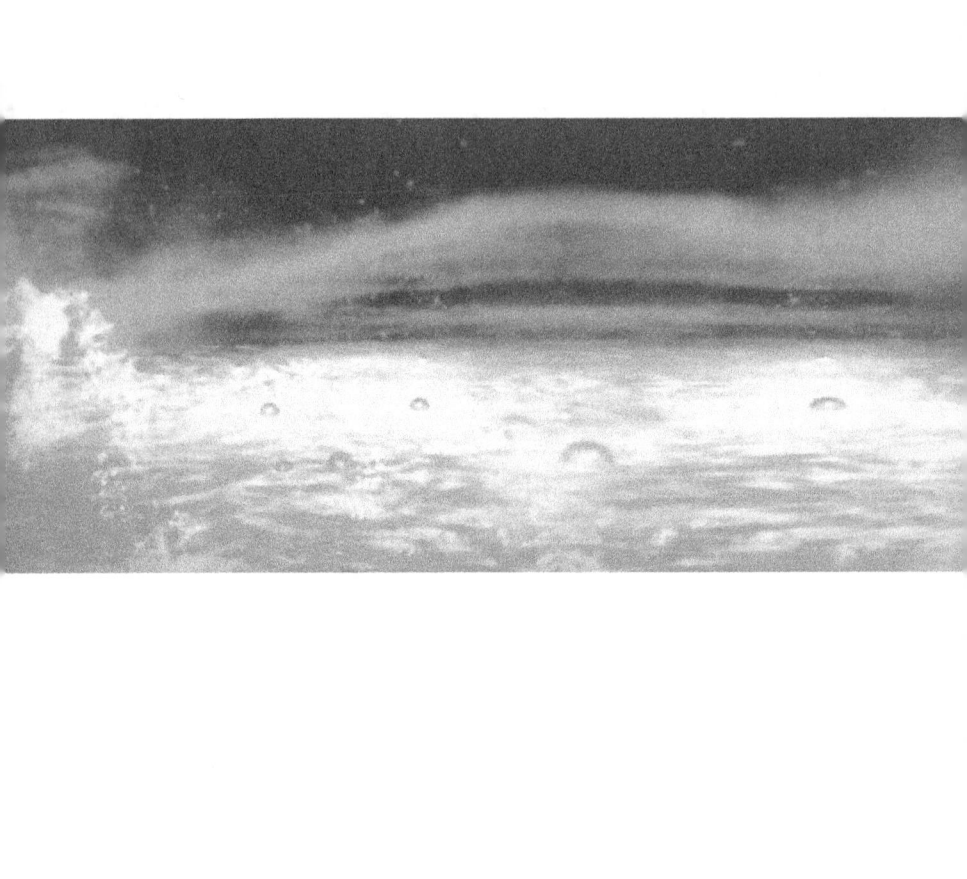

Chương 8

Những Hình Phạt ở Địa Ngục Sau
Đại Phán Xét

Những Linh Hồn Không Được Cứu Sa Vào Địa Ngục Sau Phán Xét

Hồ Lửa & Hồ Diêm Sinh Cháy Bừng

Một Số Ác Linh Còn Lại ở Hạ Tầng Âm Phủ Sau Phán Xét

Những Ác Linh Bị Nhốt ở Vực Sâu

Sự Cuối Cùng Của Ma Quỉ Sẽ Là Nơi Nào?

"[Ở âm phủ] là nơi sâu bọ của chúng nó chăng hề chết và là nơi lửa chăng hề tắt. Vì mỗi người sẽ bị muối bằng lửa."
(Mác 9:48-49)

"Còn ma qui là đứa đã dỗ dành chúng, thì bị quăng xuống hồ lửa và diêm, trong đó đã có con thú và tiên tri giả rồi. Chúng nó sẽ phải chịu khổ cả ngày lẫn đêm cho đến đời đời."
(Khải Huyền 20:10)

Với sự Hiện Đến của Đấng Christ và Thời Đại Hoàng Kim bắt đầu trên đất, tiếp theo là sự Phán Xét trước Ngai Trắng và Lớn. Sự Phán Xét – từ đó sẽ quyết định thiên đàng hay địa ngục, phần thưởng hay hình phạt – sẽ đoán định mọi người tùy vào những gì họ đã làm trên thế gian. Theo cách đó, một số người sẽ vui hưởng hạnh phúc đời đời nơi thiên đàng còn những kẻ khác phải chịu hình phạt đời đời noiơ địa ngục. Chúng ta hãy đi sâu hơn vào sự Phán Xét trước Ngai Trắng và Lớn, qua đó sẽ quyết định thiên đàng hay địa ngục, và địa ngục là nơi ra sao.

Những Linh Hồn Không Được Cứu Sa Vào Địa Ngục Sau Phán Xét

Tháng bảy, năm 1982, trong lúc đang cầu nguyện cho việc khởi sự chức vụ, tôi được biết cách rõ ràng về sự Phán Xét trước Ngai Trắng và Lớn. Đức Chúa Trời tỏ cho tôi một cảnh tượng mà ở đó Ngài đang ngồi trên Ngai mình, Chúa Jêsus Christ và Môise đang đứng trước Ngai, và những người đóng vai trò của hội thẩm đoàn. Mặc dù Đức Chúa Trời xét đoán chính xác và công bình đến mức chẳng có một quan án nào trên thế gian nầy có thể sánh được, Ngài vẫn sẽ đồng trị với Jêsus Christ với tư cách là một người được ủy quyền bởi tình yêu thương, Môise là người khởi tố bởi luật pháp, cùng những người có vai trò là những thành viên của ban hội thẩm.

Những hình phạt của địa ngục được đoán định tại cuộc Phán Xét

Khải Huyền 20:11-15 cho thấy rằng Đức Chúa Trời phán xét

chính xác và công bình là thế nào. Sự Phán Xét được tiến hành với Sách Sự Sống là sách ghi tên hết thảy những kẻ được cứu cùng những sách ghi lại mọi công việc mà con người đã làm.

> *Bấy giờ tôi thấy một tòa lớn và trắng cùng Đấng đương ngồi ở trên; trước mặt Ngài trời đất đều trốn hết, chẳng còn thấy chỗ nào cho nó nữa. Tôi thấy những kẻ chết, cả lớn và nhỏ, đứng trước tòa, và các sách thì mở ra. Cũng có mở một sách khác nữa, là sách sự sống; những kẻ chết bị xử đoán tùy tùy công việc mình làm, cứ như lời đã biên trong những sách ấy. Biển đem trả những người chết mình chứa; Sự chết và Âm phủ cũng đem trả những người chết mình có. Mỗi người trong bọn đó bị xử đoán tùy công việc mình làm. Đoạn, Sự chết và Âm phủ bị quăng xuống hồ lửa. Hồ lửa là sự chết thứ hai. Kẻ nào không được biên vào sách sự sống đều bị ném xuống hồ lửa.*

"Những kẻ chết" ở đây nói đến hết thảy những kẻ không tin nhận Đấng Christ làm Cứu Chúa mình hoặc có đức tin chết. Khi đến kỳ Chúa đã định, "những kẻ chết" sống lại và và ứng trình trước Ngai Đức Chúa Trời để chịu phán xét. Sách Sự Sống được mở ra trước Ngai Đức Chúa Trời.

Ngoài ra Sách Sự Sống, là nơi mà tên của những kẻ được có ghi ở bên trong, còn có những sách khác có ghi lại mọi việc làm của những kẻ chết. Những thiên sứ ghi lại mọi việc chúng ta làm, mọi lời chúng ta nói, và cả những suy nghĩ, ví dụ, rủa sả người khác, đánh đập ai đó, nổi khùng, làm việc lành, và những điều khác. Như chúng ta giữ lại một cách sống động một số sự kiện hay cuộc đàm thoại nào đó trong một thời gian lâu bằng video camera hay nhiều loại dụng cụ ghi âm thu hình khác,

Đức Chúa Trời là Đấng Toàn Năng cũng giữ lại mọi hình ảnh của đời sống con người trên đất nầy. Vì vậy, Đức Chúa Trời sẽ phán xét theo lẽ công bình trong Ngày Phán Xét theo sự ghi nhận trong những sách nầy. Những kẻ không được cứu sẽ chịu xét đoán tùy theo những việc ác họ làm, và sẽ nhận nhiều hình thức trừng phạt khác nhau đời đời trong địa ngục tùy theo tính nghiêm trọng của tội lỗi họ.

Hồ lửa và hồ diêm sinh cháy bừng

Phân đoạn "Biển đem trả những người chết mình chứa" không có nghĩa rằng biển sẽ trả lại những ai bị chết đuối trong đó. Theo ý nghĩa thuộc linh, "Biển" nói đến thế gian. Điều nầy nói rằng những kẻ sống trong thế gian và trở về bụi đất sẽ sống lại để chịu phán xét trước mặt Đức Chúa Trời.

Còn "Sự chết và Âm phủ cũng đem trả những người chết mình có" nói đến điều gì? Điều nầy nói rằng những kẻ chịu khốn đốn ở Hạ Tầng Âm Phủ cũng sẽ sống lại để ứng trình trước mặt Đức Chúa Trời để chịu phán xét. Sau khi chịu phán xét rồi, hầu hết những kẻ đã chịu khốn khổ ở Hạ Tầng Âm Phủ sẽ bị ném vào hồ lửa hoặc hồ diêm sinh cháy bừng tùy theo tính nghiêm trọng của tội ác họ, vì cớ như đã nói trên, những hình phạt ở Hạ Tầng Âm Phủ được ban ra cho đến kỳ Phán Xét trước Ngai Trắng và Lớn xảy đến.

Còn những kẻ hèn nhát, những kẻ chẳng tin, kẻ đáng gớm ghét, kẻ giết người, kẻ dâm loạn, kẻ phù phép, kẻ thờ thần tượng, và kẻ nào nói dối, phần của chúng nó ở trong hồ có lửa diêm sinh cháy bừng bừng, đó là sự chết thứ hai (Khải Huyền 21:8).

Những hình phạt ở hồ lửa không thể đem so sánh với được với những hình phạt ở Hạ Tầng Âm Phủ. Điều nầy được nói đến trong Mác 9:47-49, *"Còn nếu mắt ngươi làm cho ngươi phạm tội, hãy móc nó đi; thà rằng chỉ một mắt mà vào nước Đức Chúa Trời, còn hơn đủ hai mắt mà bị quăng vào địa ngục, đó là nơi sâu bọ của chúng nó chẳng hề chết và là nơi lửa chẳng hề tắt. Vì mỗi người sẽ bị muối bằng lửa."* Hơn nữa, hồ lửa diêm sinh cháy bừng nóng gấp bảy lần hồ lửa.

Cho đến kỳ Phán Xét, người ta bị côn trùng và súc vật cắn xé, bị những sứ giả địa ngục hành hạ, hay phai khốn đốn bởi nhiều loại hình phạt ở Hạ Tầng Âm Phủ là nơi chờ đợi để đi vào địa ngục. Sau sự Phán Xét, chỉ còn lại sự đau đớn từ hồ lửa và hồ diêm sinh cháy bừng.

Sự đau đớn trong hồ lửa và hồ diêm sinh cháy bừng

Khi tôi phân phát sứ điệp về những cảnh tượng rùng rợn ở Hạ Tầng Âm Phủ, nhiều người trong hội thánh tôi không sao cầm được nước mắt hoặc rùng mình với nỗi xót xa cho những kẻ trong nơi khốn cùng như vậy. Dẫu vậy, sự đau khổ từ những hình phạt ở hồ lửa hoặc hồ diêm sinh cháy bừng còn khốc liệt hơn nhiều so với bất kỳ hình phạt nào ở Hạ Tầng Âm Phủ. Chúng ta có thể nào hình dung ra dẫu chỉ là một chút về sự khổ hình ấy chăng? Dẫu có cố gắng, thì con người phàm tục chúng ta luôn chịu giới hạn trong việc hiểu biết về sự thuộc về thiêng liêng.

Điều tương tự, làm sao chúng ta có thể hiểu được sự vinh hiển và xinh đẹp của thiên đàng một cách trọn vẹn? Bản thân chữ "đời đời" chẳng phải điều gì đó mà chúng ta quen thuộc hay buộc lòng ước đoán một cách đơn giản. Cho dù nếu chúng ta cố gắng hình dung cuộc sống trên thiên đàng dựa vào sự cơ bản "vui mừng," "hạnh phúc," "thích thú," "xinh đẹp," và những điều tương tự, đều không thể sánh được với thực tế cuộc sống mà một ngày kia chúng ta sẽ được hưởng ở thiên đàng. Khi thật sự được vào nước thiên đàng, chúng ta được tận mắt nhìn thấy mọi thứ, kinh nghiệm được sự sống, chúng ta sẽ nín lặng mà há hốc miệng vì kinh. Cũng vậy, trừ phi chúng ta thật sự trải qua sự hành hạ ở địa ngục, chúng ta không thể nào hiểu hết được tầm cỡ và mức độ của sự khốn khổ vượt quá giới hạn của đời nầy.

Những kẻ sa vào hồ lửa hay hồ diêm sinh cháy bừng

Xin hãy nhớ rằng, cho dù cố hết sức thì địa ngục chẳng phải là nơi mà chúng ta có thể diễn tả được bằng những ngôn từ của thế gian, cho dù tôi cố hết khả năng cũng chỉ mô tả được ít hơn một phần triệu về thực tế kinh khủng của địa ngục. Vả lại, thời lượng của sự hành hạ là vô tận những linh hồn bị đoán phạt bị ép buộc phải chịu khốn khổ thậm chí nhiều hơn.

Sau sự Phán Xét trước Ngai Trắng và Lớn, những kẻ chịu hình phạt thứ nhất và thứ hai ở Hạ Tầng Âm Phủ sẽ bị ném vào hồ lửa. Những kẻ chịu hình phạt thứ ba và thứ tư sẽ bị ném vào hồ diêm sinh cháy bừng. những linh hồn đang ở Hạ Tầng Âm Phủ đều biết rằng sự phán xét rồi sẽ phải đến, và họ cũng biết nơi mình sẽ đến sau kỳ Phán Xét. Cho dù họ có bị côn trùng và những sứ giả địa ngục xé ra từng mảnh, từ xa những linh hồn nầy có thể nhìn thấy hồ lửa và hồ diêm sinh cháy bừng ở địa ngục và biết rõ rằng họ sẽ bị trừng phạt ở đó.

Do đó, những linh hồn ở Hạ Tầng Âm Phủ phải khốn đốn không chỉ với nỗi đau hiện tại, mà còn bị tâm trí hành hạ trong nỗi kinh hoàng về những sự hầu đến sau kỳ Phán Xét.

Tiếng than khóc của một linh hồn ở Hạ Tầng Âm Phủ

Đương khi cầu nguyện để nhận được sự bày tỏ về địa ngục, qua Đức Thánh Linh, Đức Chúa Trời cho tôi nghe tiếng than khóc của một linh hồn từ Hạ Tầng Âm Phủ. Khi chép lại từng lời than khóc đó, tôi cố cảm nhậ một chút kinh hoàng và tuyệt vọng đang vây phủ linh hồn nầy.

Làm sao một con người lại như thế nầy?
Nó trông chẳng giống như khi tôi còn sống trên đất.
Bộ dạng tôi ở đây trông kinh khủng và ghê tởm!

Trong cơn đau đớn và thất vọng triền miên nầy,
làm sao tôi có thể được tha?
Làm sao tôi có thể thoát khỏi chốn nầy?
Tôi có thể chết được chăng? Tôi có thể làm gì?
Tôi có thể có được dù chỉ một lúc nghỉ ngơi
trong giữa sự trừng phạt đời đời nầy?
Có cách nào để cắt ngắn cuộc sống đày đọa
để thoát khỏi nỗi đau đớn không sao chịu nổi nầy?

Tôi tự hại mình cho chết, song không thể chết được.
Chẳng có sự kết thúc ...chẳng có sự cuối cùng
Chẳng có kết thúc đối với sự hành hạ của linh hồn tôi.
Chẳng có sự cuối cùng đối với cuộc sống dai dẳng tôi.
Làm sao tôi có thể tả được bằng lời?
Tôi sẽ sớm bị ném
vào một hồ lửa sâu và rộng.
Làm sao tôi chịu nổi?

Sự khổ hình ở đây thật không sao chịu nổi!
Hồ lửa ghê gớm đó
thật quá rùng rợn, quá sâu và quá nóng.
Làm sao tôi chịu nổi?
Làm cách nào tôi có thể thoát khỏi chốn nầy?
Làm cách nào tôi có thể thoát khỏi sự khổ hình nầy?

Giá như tôi có thể sống...
Giá như có một con đường sống cho tôi...
Giá như tôi có thể được giải cứu...
Ít nhất tôi cũng có thể tìm thấy một con đường,
song tôi chẳng thể.

Ở đây chỉ có tối tăm, thất vọng, và đau đớn,
với tôi, chỉ toàn là thất vọng và khốn khổ.
Làm sao tôi chịu nổi với khổ hình nầy?
Giá như Ngài có thể mở cho tôi một con đường sống...
Giá như tôi có thể nhìn thấy được con đường từ trong chốn nầy ...

Hãy cứu tôi. Xin cứu lấy tôi.
Thật quá kinh hãi, tôi không sao chịu nổi.
Hãy cứu tôi. Xin cứu lấy tôi.
Những ngày của tôi chỉ toàn đau đớn.
Cớ sao tôi phải sa vào hồ lửa nầy?
Xin cứu lấy tôi!
Xin đoái xem đến tôi!
Hãy cứu tôi!
Xin thương xót đến tôi!
Hãy cứu tôi!
Xin cứu lấy tôi!

Một khi người ta bị quăng xuống Hạ Tầng Âm Phủ

Sau khi kết thúc cuộc sống trên đất, không ai có được "một cơ hội thứ hai." Chỉ có việc gánh lấy những gì mình đã làm đang chờ đợi chúng ta.

Khi người ta nghe nói đến thiên đàng và địa ngục, một số người nói, "Tôi sẽ biết sau khi chết." Tuy nhiên, một khi người ta chết, thì đã quá muộn. Vì một khi đã chết rồi, người ta không thể quay trở lại, chúng ta phải biết chắc điều nầy trước khi chết.

Một khi bị quăng xuống Hạ Tầng Âm Phủ, cho dù người ta có hối tiếc, van xin Chúa đến bao nhiêu, người ta cũng không sao tránh khỏi những hình phạt kinh khiếp. Chẳng có hy vọng nào cho tương lai song chỉ có sự khổ hình và thất vọng không hề dứt.

Linh hồn than khóc nói trên biết khá rõ rằng, chẳng còn cách nào hay khả năng gì cho sự cứu rỗi. Tuy nhiên, linh hồn ấy vẫn than khóc với Chúa để "phòng khi." Người ấy cầu xin sự thương xót và sự cứu rỗi. Sự khóc than ấy trở thành nước mắt đau thương, những tiếng la hét đó chỉ quanh quẩn nơi địa ngục rồi biến mất. Chẳng hề có sự đáp lại.

Song, sự hối hận của những kẻ ở Hạ Tầng Âm Phủ chẳng có sự chân thành và đứng đắn mặc dù họ dường như ăn hận cách đáng thương. Vì trong lòng họ vẫn còn chứa đầy sự gian ác, khi biết rằng những tiếng la hét của họ chỉ là vô ích, những linh hồn nầy thêm sinh ra xấu xa và nguyền rủa Đức Chúa Trời. Điều nầy cho chúng ta thấy một lý do hiển nhiên khiến những linh hồn không vào được thiên đàng ngay từ đầu.

Hồ Lửa & Hồ Diêm Sinh Cháy Bừng

Những linh hồn ở Hạ Tầng Âm Phủ, ít nhất cũng có thể

van xin, tự trách, than khóc, rồi tự hỏi, "Tại sao mình ở đây?" Họ cũng khiếp sợ hồ lửa và thiết tưởng đến con đường trốn thoát sự khổ hình nầy, họ nghĩ ngợi rằng 'Bây giờ làm sao mình có thể thoát khỏi tên sứ giả địa ngục đó?'

Nhưng, một khi bị quăng vào hồ lửa, người ta không thể nghĩ tới bất kỳ điều gì khác vì cớ nỗi đau quằn quại và hình phạt không dứt. Những sự trừng phạt ở Hạ Tầng Âm Phủ tương đối nhẹ so với sự trừng phạt ở hồ lửa. Những hình phạt ở hồ lửa gây đau đớn không hình dung nổi. Nó đau đớn tới mức chúng ta không thể hiểu hoặc mường tượng ra với khả năng trí tuệ giới hạn của mình.

Nếu muốn hình dung ra một tí về sự khổ hình ấy, hãy bỏ muối vào chảo dầu sôi. Chúng ta sẽ thấy muối như muốn vọt ra, trông giống như cảnh ở hồ lửa: những linh hồn giống như muối đang muốn vọt ra.

Cũng hãy tưởng tượng rằng chúng ta đang ở trong nồi nước sôi 100°C. Hồ lửa còn nóng hơn nhiều so với nước đang sôi, và hồ diêm sinh cháy bừng thì nóng gấp bảy lần hồ lửa. Một khi người ta bị quăng vào trong đó, thì chẳng còn lối thoát và sẽ phải đau đớn đời đời. Các mức độ hình phạt ở Hạ Tầng Âm Phủ trước kỳ Phán Xét còn dễ chịu hơn nhiều.

Vậy, tại sao Đức Chúa Trời để họ khốn khổ nơi Hạ Tầng Âm Phủ trong một ngàn năm trước khi ném họ vào hồ lửa hoặc hồ diêm sinh cháy bừng? Những người không được cứu phải tự suy nghĩ về mình. Đức Chúa Trời muốn họ phải hiểu lý do tại sao mình phải vào nơi địa ngục khốn cùng nầy, để rồi hối hận trọn vẹn về những tội lỗi quá khứ. Dầu vậy, rất khó mà tìm thấy ai thật lòng ăn năn, song họ càng sinh ra xấu xa hơn trước. Bấy giờ chúng ta biết tại sao Đức Chúa Trời phải dựng nên địa ngục.

Bị muối bằng lửa trong hồ lửa

Năm 1982, trong lúc đang cầu nguyện, Đức Chúa Trời cho tôi thấy một cảnh tượng từ sự phán xét trước Ngai Trắng và Lớn, và trong một lúc tôi nhìn thấy hồ lửa và hồ diêm sinh cháy bừng. Hai hồ nầy vô cùng rộng lớn.

Từ xa, hai hồ nầy với những linh hồn trong đó trông giống người ta đang trong mùa nóng bức. Một số người bị chìm đến ngực, tong khi một số khác thì đến ngang cổ, chỉ còn ló đầu.

Trong Mác 9:48-49, Chúa Jêsus nói về địa ngục rằng, *"đó là nơi sâu bọ của chúng nó chẳng hề chết và là nơi lửa chẳng hề tắt. Vì mỗi người sẽ bị muối bằng lửa."* Chúng ta có thể hình dung được sự đau đớn trong một môi trường kinh khủng như vậy chăng? Khi những linh hồn nầy cố gắng trốn thoát, tất cả những gì họ có thể làm được đó là giật nảy người và nghiến răng giống cảnh muối trong chảo rang.

Đôi khi con người thế gian nhảy lên nhảy xuống khi vui chơi hay khiêu vũ trong các câu lạc bộ đêm. Sau một lúc, thấm mệt họ có thể nghỉ ngơi nếu muốn. Tuy nhiên trong địa ngục, các linh hồn nhảy vì vui sướng mà vì những cơn đau tột cùng, và chẳng hề ngừng nghỉ cho dù họ mong muốn. Họ gào thét ầm ĩ trong đau đớn đến mức mê sản, mi mắt họ trở nên thâm tím, tròng mắt đỏ ngầu rùng rợn. Hơn nữa, não họ vỡ ra, chất lỏng vọt ra ngoài.

Bất chất mọi cố gắng và liều lĩnh, họ chẳng thể thoát ra ngoài. Họ cố chen lấn và giẫm đạp lên nhau nhưng đều vô ích. Mọi nơi trong hồ lửa, nơi mà từ bên nầy chẳng thể nhình thấy bên kia, nhiệt độ đều như nhau, cho dù với sự trôi qua của thời gian, nhiệt độ trong hồ chẳng hề giảm. Cho đến kỳ Phán Xét trước Ngai Trắng và Lớn, Hạ Tầng Âm Phủ nằm dưới quyền cai trị của Luciphe, mọi hình phạt đều được ban ra theo quyền lực và thẩm quyền của nó.

Tuy nhiên, sau kỳ Phán xét, những hình phạt sẽ do Chúa ban ra và được thực thi theo ý muốn và quyền phép của Ngài. Do đó, nhiệt độ của toàn thể hồ lửa luôn duy trì ở cùng một mức độ.

Lửa nầy sẽ làm cho những linh hồn bị đọa phải khốn đốn song không giết chết chúng. Cũng như những bộ phận thân thể của những linh hồn ở Hạ Tầng Âm Phủ đều phục hồi ngay sau khi chúng bị cắt xé từng mảnh, những thân thể của những linh hồn ở địa ngục cũng sớm được phục hồi sau khi bị khô héo.

Toàn thân và các bộ phận bên trong đều khô héo

Những linh hồn trong hồ lửa bị trừng phạt như thế nào? Có bao giờ chúng ta xem cảnh khôi hài trong truyện tranh, phim hành động, hay những loạt phim hoạt hình trên truyền hình ở đó có nhân bị giết bằng điện "cao thế" hay chưa? Ngay lúc anh ta bị cho điện giật, thân người anh ta trở nên một bộ xương với một hình thù màu đen bao quanh. Khi được tách ra khỏi dòng điện, anh ta trông bình thường. Hoặc bức tranh chụp bằng tia X cho thấy hết những bộ phận bên trong cơ thể người.

Tương tự như vậy, những linh hồn trong hồ lửa cũng để thân thể trần tục của họ ra trong một lúc. Tiếp theo, những hình thể đó không còn nhìn thấy nữa mà chỉ còn nhìn thấy phần linh hồn. Cách nầy cứ tự lặp lại. Trong lửa thiêu đốt, những hình thể của linh hồn bị thiêu đốt trong tích tắc và biến mất, rồi sau đó chẳng bao lâu chúng lại được phục hồi.

Trong đời nầy, khi bị bỏng cấp độ ba, chúng ta có thể không chịu nổi cảm giác khó thở khắp người và hóa khùng. Chẳng ai có thể hiểu được mức độ đau đớn nầy cho đến khi chính người ấy trải qua điều đó. Thậm chí nếu bị bỏng tay, chúng ta có thể khôn chịu nổi cơn đau ấy.

Nói chung, cảm giác khó thở không hết ngay sau khi bỏng mà kéo dài một vài ngày. Sức nóng của lửa thâm nhập vào cơ thể, làm tổn thương các tế bào, đôi khi làm tổn thương ngay đến tim. Vậy việc làm cho hết thảy các bộ phận trong cơ thể và cơ quan nội tạng phải khô héo, rồi cho phục hồi chỉ để lặp lại việc làm cho khô héo, thì sẽ đau đớn hơn biết bao?

Những linh hồn ở hồ lửa không sao chịu nổi với sự đau đớn nhưng không thể ngất xỉu, chết, hay có một chút nghỉ ngơi.

Hồ diêm sinh cháy bừng

Hồ lửa là nơi trừng phạt những kẻ phạm tội tương đối nhẹ hơn và chịu khốn khổ với mức hình phạt thứ nhất hoặc thứ hai ở Hạ Tầng Âm Phủ. Những kẻ phạm tội nặng hơn và chịu hình phạt thứ ba hoặc thứ tư ở Hạ Tầng Âm Phủ sẽ đi vào hồ diêm sinh cháy bừng, là nơi nóng gấp bảy lần so với hồ lửa. Như đã nói trên, hồ diêm sinh cháy bừng dùng cho những hạng người sau: những kẻ nói lời chống nghịch, phỉ báng Đức Thánh Linh; những kẻ cứ lại đóng đinh Chúa Jêsus Christ nữa; những kẻ phản bội Ngài; những kẻ cứ cố tình phạm tội; những kẻ hết mực sùng bái thần tượng; những kẻ phạm tội sau khi lương tâm đã chai lì, cùng hết thảy những kẻ chống lại Đức Chúa Trời với những việc làm gian ác; những tiên tri giả và giáo sư giả là những kẻ dạy dỗ những điều giả dối.

Toàn bộ hồ lửa chìm trong "lửa đỏ". Hồ diêm sinh cháy bừng chìm trong "lửa vàng" và luôn sôi sùng sục những bong bóng bằng cỡ quả bầu hay quả bí nổi lên khắp nơi. Những linh hồn trong hồ nầy bị chìm ngập trong dầu sôi của diêm sinh cháy bừng.

Vùi mình trong cơn đau

Làm sao chúng ta có thể nói được nỗi đau đớn trong hồ diêm sinh cháy bừng sức nóng gấp bảy lần hồ lửa mà sự đau đớn ở đó là không thể hình dung được?

Chúng ta hãy cắt nghĩa với những sự tương tự ở đời nầy. Nếu có ai đó phải uống một chất lỏng có pha lẫn sắt tan chảy từ một lò luyện kim, người ấy sẽ phải đau đớn như thế nào? Những bộ phận bên trong của anh ta sẽ bị bỏng khi sức nóng đủ làm chảy sắt thành chất lỏng, đi vào đường ruột xuyên qua cổ họng.

Những linh hồn trong hồ lửa ít nhất cũng có thể nhảy lên nhảy xuống hay kêu la trong đau đớn. Song, những linh hồn trong hồ dim sinh cháy bừng không thể rên rỉ hoặc nghĩ đến điều gì vì bị đau đớn áp đảo. Mức độ khổ hình và sự đau đớn mà những linh hồn bị đạo trong hồ diêm sinh phải chịu không thể mô tả bằng bất một cử chỉ hay ngôn từ nào. Và lại những linh hồn ở đây phải khốn khổ đời đời. Vậy, loại khổ hình nầy làm sao có thể diễn tả được bằng ngôn từ?

Một Số Ác Linh Còn Lại ở Hạ Tầng Âm Phủ Sau Phán Xét

Những người được cứu trong thời Cựu Ước đã ở trong Thượng Tầng Âm Phủ cho đến khi Chúa Jêsus Christ phục sinh, sau đó, họ vào Paradi và sẽ ở trong nơi Chờ Đợi cho đến kỳ Hiện Đến Lần Thứ Hai của Ngài trên không trung xảy ra. Một mặt, những người được cứu trong thời Tân Ước tự chỉnh đốn mình ở Thượng Tầng Âm Phủ trong ba ngày rồi vào nơi Chờ Đợi trong Paradi và đợi cho đến ngày Chúa Jêsus Christ

Hiện Đến trên Không Trung lần thứ hai.

Tuy vậy, những con trẻ chưa ra đời là những trẻ chết trong bụng mẹ chẳng được vào Paarađi hoặc sau Chúa phục sinh hay ngay cả sau kỳ Phán Xét. Chúng ở luôn trong Thượng Tầng Âm Phủ.

Tương tự, trong số những người đang khốn khổ ở Hạ Tầng Âm Phủ, có những trường hợp ngoại lệ. Họ không bị ném vào hồ lửa hay hồ diêm sinh ngay cả sau kỳ Phán Xét. Họ sẽ ở đâu?

Những trẻ em chết trước tuổi dậy thì

Trong số những kẻ không được cứu gồm những bào thai bị sẩy trong khoảng sáu tháng thai tuổi trở đi và những con trẻ trước tuổi dậy thì, độ tuổi mười hai. Những linh hồn nầy không bị ném vào hồ lửa hay hồ diêm sinh. Điều nầy là vì mặc dù chúng vào Hạ Tầng Âm Phủ bởi điều tai hại của riêng mình, song lúc chết, chúng chưa đủ trưởng thành để có một ý chí tự do của riêng chúng. Có nghĩa rằng đời sống đức tin của chúng có thể không phải do chúng lựa chọn vì chúng rất dễ dàng bị ảnh hưởng bởi những yếu tố bên ngoài như cha mẹ, ông bà và môi trường chung quanh.

Đức Chúa Trời của tình yêu thương và công chính cân nhắc đến những nhân tố nầy mà không ném chúng vào hồ lửa hay hồ diêm sinh cháy bừng thậm chí sau kỳ Phán Xét. Tuy nhiên, không có nghĩa rằng những hình phạt của chúng sẽ được hủy bỏ hay kết thúc. Chúng sẽ chịu hình phạt đời đời theo cách mà chúng đã phải chịu nơi Hạ Tầng Âm Phủ.

Vì tiền công của tội lỗi là sự chết

Ngoại trừ trường hợp đó, hết thảy những người ở Hạ Tầng Âm Phủ đều sẽ bị ném vào hồ lửa hoặc hồ diêm sinh cháy bừng tùy theo những tội họ đã phạm trong khi còn được sinh sống ở thế gian. Trong Rô'ma 6:23 có nói rằng, *"Vì tiền công của tội lỗi là sự chết; nhưng sự ban cho của Đức Chúa Trời là sự sống đời đời trong Đức Chúa Jêsus Christ, Chúa chúng ta."* "Sự chết" ở đây không nói đến sự chấm dứt cuộc sống trên đất nầy, mà là hình phạt đời đời hoặc trong hồ lửa hoặc trong hồ diêm sinh cháy bừng. Sự khổ hình khủng khiếp và đau đớn là tiền công của tội lỗi, do đó, chúng ta biết rằng tội lỗi là gớm ghiếc, ô trọc và kinh tởm.

Ví bằng người ta biết thậm chí một chút về sự đau khổ đời đời ở địa ngục, làm sao người ta có thể không hoảng sợ khi nói đến việc phải sa xuống địa ngục? Làm sao họ có thể không tin nhận Chúa Jêsus Christ, vâng phục, và sống bởi lời của Đức Chúa Trời?

Đức Chúa Jêsus phán cùng chúng ta trong Mác 9:45-47:

Nếu chân ngươi làm cho ngươi phạm tội, hãy chặt nó đi; thà rằng què chân mà vào sự sống, còn hơn đủ hai chân mà bị quăng vào địa ngục. Còn nếu mắt ngươi làm cho ngươi phạm tội, hãy móc nó đi; thà rằng chỉ một mắt mà vào nước Đức Chúa Trời, còn hơn đủ hai mắt mà bị quăng vào địa ngục.

Thà rằng chặt chân mình nếu chúng ta đi đến những nơi lẽ ra không nên đến để rồi phạm tội còn hơn phải sa vào địa ngục. Thà rằng chặt tay nếu tay khiến chúng ta phạm đến những tội không nên làm còn hơn phải sa vào địa ngục. Cũng vậy, thà rằng móc mắt mình ra nếu nó khiến chúng ta phạm đến những tội bởi việc nhìn vào những điều không nên nhìn.

Dầu vậy, với ân huệ mà Đức Chúa Trời đã ban cho chúng ta cách nhưng không, chúng ta không cần phải cắt tay, chặt chân hay móc mắt để được vào nước thiên đàng. Ấy là vì chúng ta có Chiên vô tội, không tì vết, Chúa Jêsus Christ, đã chịu thập hình thế cho chúng ta, Ngài chịu đinh đóng nơi tay và chân và đã chịu mang mão gai.

Con Đức Chúa Trời đến để phá hủy công việc của ma quỉ

Thế thì, hễ ai tin ở huyết Chúa Jêsus Christ thì được tha, thoát khỏi hình phạt ở hồ lửa và hồ diêm sinh cháy bừng, và được ban cho sự sống đời đời.

1 Giăng 3:7-9 khuyên bảo chúng ta rằng, *"Hỡi các con cái bé mọn, chớ để cho ai lừa dối mình: kẻ làm sự công bình là người công bình, như chính mình Chúa là người công bình. Kẻ nào phạm tội là thuộc về ma quỉ; vì ma quỉ phạm tội từ lúc ban đầu. Vả, con của Đức Chúa Trời đã hiện ra để hủy phá công việc của ma quỉ. Ai sanh bởi Đức Chúa Trời, thì chẳng phạm tội, vì hột giống của Đức Chúa Trời ở trong người, và người không thể phạm tội được, vì đã sanh bởi Đức Chúa Trời."*

Tội tội hơn cả những việc làm, như trộm cắp, giết người, hay lừa gạt. Điều gian ác ở trong lòng con người là một tội lỗi nghiêm trọng hơn. Đức Chúa Trời gớm ghiếc sự gian ác trong lòng chúng ta. Ngài ghét chính tấm lòng gian ác rằng đi buộc tội người khác, tấm lòng xấu xa sinh thù ghét và gây vấp phạm, tấm lòng xấu xa chứa đầy xảo quyệt và phản bội. Thiên sẽ ra sao nếu những tấm lòng như vậy được vào sống trong đó? Như vậy, ngay cả ở thiên đàng người ta vẫn tranh cãi chuyện đúng sai, do vậy Đức Chúa Trời không để cho những kẻ xấu xa vào nước thiên đàng.

Thế thì, nếu chúng ta đã trở thành con cái của Đức Chúa Trời, được ban quyền phép bởi huyết của Chúa Jêsus Christ, chúng ta phải không được làm theo bất kỳ một điều giả dối nào hay làm tôi mọi cho ma quỉ, bèn là sống trong lẽ thật với tư cách là con của Đức Chúa Trời, Ngài chính là sự sáng. Chỉ như vậy chúng ta mới có thể có được vinh hiển của thiên đàng, được phước vui hưởng thẩm quyền với tư cách là con của Đức Chúa Trời và được thịnh vượng ngay trong đời nầy.

Chúng ta không được phạm tội ngộ nhận đức tin mình

Đức Chúa Trời yêu thương chúng ta đến nỗi đã ban Con yêu dấu, vô tội, là Con độc sanh của Ngài đến chết trên thập tự vì cớ chúng ta. Có thể nào chúng ta hình dung được Đức Chúa Trời sẽ thương xót và đau buồn biết bao khi Ngài nhìn thấy những kẻ khẳng định là "con cái của Đức Chúa Trời" song phạm đến điều tội lỗi, dưới sự tác động của ma quỉ, và nhanh chóng tiến về địa ngục?

Tôi nài khuyên anh em chớ hề phạm tội nhưng phải vâng phục mạng lệnh Đức Chúa Trời, chứng tỏ mình là con cái quí báu của Ngài. Khi làm như vậy, hết thảy những lời cầu nguyện của chúng ta sẽ nhanh chóng được nhậm và chúng ta sẽ trở thành con cái đích thực của Đức Chúa Trời, và cuối cùng, chúng ta sẽ được đến sống trong Giêrusalem Mới đầy vinh hiển. Chúng ta cũng sẽ có quyền phép và uy quyền trục xuất quyền lực tối tăm ra khỏi những kẻ chưa nhận biết lẽ thật, vẫn còn sống trong tội lỗi, và làm tôi mọi cho ma quỉ. Chúng ta sẽ được nhận lãnh quyền phép để dẫn đưa họ trở lại với Đức Chúa Trời.

Nguyện mỗi chúng ta là con cái đích thực của Đức Chúa Trời, hết thảy mọi lời cầu nguyện và cầu xin của chúng ta đều được nhậm, làm vinh hiển danh Ngài, giải thoát nhiều người ra khỏi con đường địa ngục, hầu cho chúng ta đạt được vinh quang của Đức Chúa Trời, tỏa sáng như mặt trời nơi thiên quốc.

Những Ác Linh Bị Nhốt ở Vực Sâu

Theo từ điển Webster's New World College, thuật ngữ "vực sâu" được định nghĩa là một cái "hố không đáy" "vục thẳm" hay "bất kỳ một cái gì quá sâu đến mức không thể đo được." Theo sự nhận thức thuộc Kinh thánh, Vực Sâu là nơi sâu nhất và thấp nhất trong địa ngục. Đây là nơi chỉ dành cho ác linh và những kẻ không xứng đáng trong công cuộc trưởng dưỡng nhân loại.

> *Đoạn, tôi thấy một thiên sứ trên trời xuống, tay cầm chìa khóa vực sâu và một cái xiềng lớn. Người bắt con rồng, tức là con rắn đời xưa, là ma qui, là Satan, mà xiềng nó lại đến ngàn năm. Ngươi quăng nó xuống vực, đóng cửa và niêm phong lại, hầu cho nó không đi lừa dối các dân được nữa, cho đến chừng nào hạn một ngàn năm đã mãn. Sau sự đó, Satan cũng được thả ra trong ít lâu* (Khải Huyền 20:1-3).

Đây một mô tả về thời kỳ cuối của bảy năm Đại Nạn. Sau sự Hiện Đến của Chúa Jêsus, các ác linh nắm quyền cai trong bảy năm, trong thời gian đó, Thế Chiến thứ III và nhiều tai họa khác xảy ra khắp nơi. Tiếp theo sau Đại Nạn là Thời Đại Hoàng Kim, trong thời gian nầy các ác linh bị nhốt trong vực sâu. Vào cuối Thời Đại Hoàng Kim, các ác linh được thả tự do trong một thời gian ngắn cho đến kỳ Phán Xét trước Ngai Trắng và Lớn đã trọn, chúng sẽ lại bị nhốt vĩnh viễn ở vực sâu. Luciphe cùng ma quỉ nó cai trị thế giới tối tăm, nhưng sau kỳ Phán Xét, thiên đàng và địa ngục sẽ được cai quản chỉ bởi quyền phép Đức Chúa Trời.

Những ác linh chỉ chỉ là công cụ trong công việc trưởng dưỡng nhân loại

Các ác linh, những kẻ mất hết sức lực và quyền hành, sẽ chịu những hình phạt nào nơi vực sâu? Trước khi đi sâu hơn, chúng ta hãy nhớ rằng sự hiện hữu những ác linh và công dụng của chúng chỉ là những công cụ trong công cuộc trưởng dưỡng nhân loại. Vậy, tại sao Đức Chúa Trời đã trưởng dưỡng loài người trên đất nầy mặc dù đã có vô vàn thiên binh thiên sứ trên thiên đàng? Ấy là vì Đức Chúa Trời muốn có những con cái đích thực để Ngài có thể chia sẻ tình cảm với họ.

Chúng ta hãy xem một ví dụ. Qua lịch sử Hàn Quốc, giới quý tộc thường có rất nhiều tôi tớ trong nhà. Các đầy tớ sẽ vâng phục bất kỳ điều gì do chủ nó truyền cho. Bấy giờ, một ông chủ nọ có những người con trai và con gái hoang toàng, chúng chẳng hề vâng lời ông nhưng chỉ làm những gì mình ưa thích. Có phải điều nầy khiến cho người chủ ấy sẽ yêu mến những đầy tớ vâng lời hơn là những đứa con hoang toàng của người chăng? Ông không thể không yêu thương con cái mình cho dù chúng có thể không phải là những kẻ dễ vâng phục nhất.

Cũng như vậy đối với Đức Chúa Trời. Ngài yêu thương loài người là những kẻ được dựng nên theo ảnh tượng của Ngài bất chấp vô vàn thiên binh, thiên sứ ngoan ngoãn mà Ngài đã có. Chúng giống những rôbốt chỉ biết làm theo mệnh lệnh được truyền cho. Do đó, chúng không có khả năng chia sẻ tình cảm chân thật với Đức Chúa Trời.

Đương nhiên, điều nầy không có nghĩa rằng những thiên sứ và rôbốt giống nhau mọi mặt. Một mặt, các rôbốt chỉ làm theo mệnh lệnh mà chúng nhận được, thiếu ý chí tự do, và chẳng cảm nhận được điều gì. Mặt khác, giống như loài người, các thiên sứ cũng biết được cảm xúc vui, buồn.

Khi chúng ta cảm thấy vui mừng hay buồn rầu, các thiên sứ chẳng có cùng cảm xúc ấy, song chỉ đơn giản nhận biết được điều đó. Vậy nên, khi chúng ta ngợi khen Đức Chúa Trời, các thiên sứ sẽ cùng chúng ta ngợi khen Ngài. Khi chúng ta nhảy múa tôn vinh Đức Chúa Trời, chúng cũng nhảy múa, thậm chí còn chơi được nhạc cụ với nhau. Đặc điểm nầy chỉ ra sự khác biệt giữa chúng và rôbốt. Song, những thiên sứ và rôbốt đều "giống" nhau ở chỗ cả hai đều thiếu ý chí tự do và chỉ làm theo những gì được sai bảo, được dựng nên và được sử dụng như những phương tiện hoặc công cụ.

Giống như những thiên sứ, những ác linh cũng chỉ là những công cụ được dùng trong công việc trưởng dưỡng loài người. Chúng giống như các cỗ máy chẳng biết phân biệt thiện ác, được dựng nên cho một mục đích nhất định.

Những ác linh bị nhốt trong vực sâu

Thánh luật có nói rằng: "Tiền công của tội lỗi là sự chết" và "Người ta gặt lấy những gì mình gieo." Sau kỳ Đại Phán Xét, những linh hồn ở Hạ Tầng Âm Phủ sẽ khốn khổ trong hồ lửa hay hồ diêm sinh cháy bừng theo như luật định nầy. Chính là vì tự họ chọn lấy điều tai hại bởi ý chí tự do và cảm xúc riêng của mình trong thời kỳ còn được trưởng dưỡng trên đất.

Những ác linh, trừ ra những ma quỉ, không xứng đáng trong công cuộc trưởng dưỡng nhân loại. Vậy nên, thậm chí sau kỳ Phán Xét, chúng bị nhốt trong vực sâu lạnh lẽo và tối tăm, bị ruồng bỏ như một đống rác. Ấy là hình phạt xứng đáng nhất dành cho chúng.

Ngai của Đức Chúa Trời ngự tại trung tâm và đỉnh cao ở

thiên đàng. Ngược lại, các ác linh bị nhốt trong Vực Sâu, nơi sâu nhất và tối tăm nhất ở địa ngục. Chúng không thể đi lại dễ dàng trong Vực Sâu tối tăm. Như thể chúng bị đè nặng bởi những tảng đá lớn, những ác linh sẽ bị nhốt vĩnh viễn trong một nơi cố định.

Những ác linh nầy có lần từng thuộc về thiên đàng và có những phận sự vinh quang. Sau khi bị sa ngã, những thiên sứ sa ngã ấy đã sử dụng quyền lực theo ý riêng trong thế giới tối tăm. Dẫu vậy, chúng bị đánh bại trong cuộc chiến mà chúng đã phát động để chống lại Đức Chúa Trời mà mọi sự đều qua đi. Chúng mất hết vinh quang và giá trị của một hình thể thuộc về trời. Trong Vực Sâu, chúng là biểu tượng của sự rủa sả và thất sủng, cánh của chúng bị ngắt bỏ.

Một thần linh là một sự sống trường tồn bất diệt. Song, ác linh ở Vực Sâu thậm chí không thể cử động được ngón tay, chẳng có cảm xúc, ý chí, hay năng lực. Chúng như những cỗ máy đã tắt, hoặc những búp bê bị ném, thậm chí giống như bị đóng băng.

Một số sứ giả địa ngục vẫn còn ở Hạ Tầng Âm Phủ

Có một sự ngoại lệ đối với quyết định nầy. Như đã đề cập ở trên, con trẻ dưới độ tuổi mười hai sẽ vẫn ở lại Hạ Tầng Âm Phủ cả sau kỳ Phán Xét. Do vậy, để tiếp tục hình phạt đối với những trẻ nầy, cần có những sứ giả địa ngục để cai quản.

Những sứ giả địa ngục nầy không bị nhốt trong Vực Sâu, song vẫn còn ở lại Hạ Tầng Âm Phủ. Chúng trông giống những rôbốt. Trước kỳ Phán Xét, thỉnh thoảng chúng cũng vui đùa trước trước những linh hồn đang bị hành khổ, song ấy không phải là cảm xúc của chúng, mà là do Luciphe điều khiển, là kẻ mang tính cách loài người, là kẻ xúi cho những sứ giả địa ngục thể hiện cảm xúc. Dầu vậy, sau kỳ Phán Xét, chúng không còn bị Luciphe điều khiển nữa, nhưng chỉ làm công việc mình cách vô cảm, như những cỗ máy.

Sự Cuối Cùng Của Ma Quỉ Sẽ Là Nơi Nào?

Không như những thiên sứ sa ngã, con rồng cùng những kẻ theo nó là những kẻ được dựng nên từ trước buổi sáng thế, ma quỉ không phải thần linh. Chúng từng là loài người, được tạo dựng nên từ đất, có linh, hồn, và thể xác giống như chúng ta. Trong số những kẻ có lần được trưởng dưỡng trên đất nầy song chết mà không tiếp nhận được sự cứu rỗi là những kẻ được đưa vào thế gian trong những tình huống đặc biệt với tư cách là ma quỉ.

Thứ nhất là trường hợp những người đã bán linh hồn mình cho Satan.

Những người làm nghề phù phép thường tìm cầu sự phù hộ và quyền lực từ những ác linh để thỏa mãn dục vọng mình, những bọn phù thủy đó khi chết có thể trở thành ma quỉ.

Thứ hai, là trường hợp những kẻ tự sát trong sự gian ác của mình.

Nếu người ta tự kết liễu cuộc đời mình vì cớ việc làm ăn thất bại hay vì những lý do khác, họ đã không để ý đến chủ quyền của Đức Chúa Trời trên sự sống và có thể trở thành ma quỉ. Tuy nhiên, điều nầy không giống như vậy đối với những người hy sinh mạng sống mình cho quê hương, đất nước họ hay giúp đỡ những kẻ không nơi nương tựa. Nếu một người nào đó không biết bơi đã nhảy xuống nước để cứu người khác và trả giá bằng sinh mạng mình, ấy là vì mục đích tốt đẹp và cao cả.

Thứ ba là trường hợp những người đã có lần tin Chúa song cuối cùng chối bỏ Ngài và đánh đổi đức tin. Một số tín đồ trách cứ và chống lại Đức Chúa Trời khi phải đối diện với khó khăn lớn, bị mất người thân hay điều gì rất quý báu đối với họ. Charles Darwin, người đi đầu trong học thuyết tiến hóa, là một ví dụ điển hình. Darwin đã từng tin Đức Chúa Trời là là Đấng Tạo Hóa. Nhưng khi con gái yêu của ông bị chết yểu, Darwin đã chối bỏ và chống nghịch lại Đức Chúa Trời và khởi xướng học thuyết tiến hóa. Người như vậy đã phạm tội đóng đinh Chúa Cứu Thế Jêsus Christ, Cứu Chúa chúng ta, cho mình một lần nữa (Hê-bơ-rơ 6:6).

Cuối cùng, thứ tư là trường hợp những kẻ cản trở, chống đối và phỉ báng Đức Thánh Linh mặc dù họ tin Đức Chúa Trời và hiểu biết lẽ thật (Ma-thi-ơ 12:31-32; Lu-ca 12:10). Ngày nay, nhiều người xưng nhận niềm tin nơi Đức Chúa Trời đã cản trở, chống đối và báng bổ Đức Thánh Linh. Thậm chí những người nầy đã chứng kiến rất nhiều công việc của Đức Chúa Trời, tuy thế, họ vẫn đoán xét và buộc tội người khác, chống lại công việc của Đức Thánh Linh, ra sức phá hủy hội thánh cùng những công việc Ngài. Vả lại, nếu họ là những người lãnh đạo mà làm vậy, thì tội lỗi họ càng nghiêm trọng hơn.

Khi những tội nhân nầy chết, họ bị quăng xuống Hạ Tầng Âm Phủ để chịu mức hình phạt thứ ba hoặc thứ tư. Thật ra những linh hồn nầy đã trở hành ma quỉ và được thả vào thế gian. Để biết thêm về ma quỉ, xin tham khảo loạt sứ điệp với tựa đề "Thế Giới của những Ác Linh."

Luciphe cầm đầu ma quỉ

Cho đến kỳ Phán Xét, Luciphe nắm trọn quyền kiểm soát thế giới tối tăm và Hạ Tầng Âm Phủ. Vậy nên, ở đây nó có quyền chọn lấy một số linh hồn thích hợp nhất cho công việc nó rồi sử dụng chúng trong thế gian nầy với tư cách là những ma quỉ.

Một khi những linh hồn nầy được chọn và thả vào thế gian, không giống lúc còn tại thế, họ chẳng còn ý chí hay cảm xúc của mình nữa. Theo ý muốn của Luciphe, chúng bị ma quỉ điều khiển và bị sử dụng như những công cụ để hoàn thành các mục tiêu của thế giới ác linh.

Ma quỉ cám dỗ con người trên đất nầy để khiến đem lòng yêu mến những thứ thuộc về thế gian. Một số tội ác tàn bạo nhất ngày nay chẳng phải là điều ngẫu nhiên song là bởi ý muốn của Luciphe và qua công việc của ma quỉ, những điều tàn bạo đó đã xảy ra. Ma quỉ xâm nhập vào những người ấy theo luật của thế giới linh và đưa họ đến địa ngục. Đôi khi ma quỉ làm cho người ta trở nên tàn tật và cũng đem bệnh tật gieo rắc cho con người. Đương nhiên, điều nầy không có nghĩa rằng mọi loại bệnh tật và sự biến dạng đều qui cho ma quỉ, song chỉ có một số trường hợp. Trong Kinh Thánh, chúng ta thấy một thiếu niên bị quỉ ám đã bị câm từ nhỏ (Mác 9:17-24), và một phụ nữ đã bị ác linh làm cho tàn tật và đi khòm trong mười tám năm, mà không thể tự đứng thẳng lên được (Lưca 13:10-13).

Theo ý muốn của Luciphe, ma quỉ được giao cho những nhiệm vụ nhẹ nhàng nhất trong thế gian mờ tối song chúng sẽ không bị nhốt ở vực sâu sau kỳ Phán Xét. Vì ma quỉ đã có lần là con người và được giáo huấn, cùng những kẻ chịu mức hình phạt thứ ba và thứ tư ở Hạ Tầng Âm Phủ, chúng sẽ bị ném vào hồ lửa và hồ diêm sinh cháy bừng sau kỳ Phán Xét trước Ngai Trắng và Lớn.

Những ác linh khiếp sợ Vực Sâu

Một số trong chúng ta nhớ lời Chúa trong Kinh Thánh có thể nhận thấy điều gì đó không thích hợp. Trong Lu'ca 8, có ghi lại câu chuyện Chúa Jêsus gặp một người bị quỉ ám. Khi Ngài truyền lệnh cho ma quỉ xuất khỏi người ấy, con quỉ đó la lên rằng, *"Lạy Đức Chúa Jêsus, con Đức Chúa Trời Rất Cao, tôi với Ngài có sự gì chăng? Tôi cầu xin Ngài đừng làm khổ tôi!"* (Lu'ca 8:28) và nó cầu xin Chúa Jêsus đừng ném nó vào Vực Sâu.

Ma quỉ đã được định trước phải bị ném vào hồ lửa hoặc hồ diêm sinh cháy bừng, không phải Vực Sâu. Vậy, tại sao nó đã cầu xin Chúa Jêsus đừng ném nó xuống vực sâu? Như đã nói trên, ma quỉ từng là loài người và chúng chỉ được sử dụng trong công cuộc trưởng dưỡng nhân loại, chúng bị Luciphe điều khiển. Do đó, khi quỉ ấy thốt ra trước mặt Chúa Jêsus qua môi miệng của người nầy, điều nầy bày tỏ ý muốn của những ác linh kẻ cầm quyền trên nó, chẳng phải ra từ ma quỉ đó. Những ác linh do Luciphe cầm đầu, biết rằng một khi sự trù liệu của Đức Chúa Trời đối với công cuộc trưởng dưỡng nhân loại đã trọn, chúng sẽ mất hết quyền hạng và sức lực và sẽ bị nhốt luôn ở Vực Sâu. Nỗi sợ hãi của chúng cho việc hầu đến được bày tỏ khá rõ ràng qua lời cầu xin của quỉ đó.

Hơn nữa, quỉ đó được sử dụng như một công cụ, vậy nên những ác linh đã hoảng sợ về sự cuối cùng của chúng như đã có chép trong Kinh Thánh.

Tại sao ma quỉ gớm ghiếc nước và lửa?

Trong những ngày đầu chức vụ tôi, Thánh Linh vận hành mạnh mẽ trong hội thánh đến mức người mù được sáng mắt, người điếc được rỗng tai, người câm biết nói, người bại liệt bước đi, nhiều ác linh bị trục xuất. Tin tức nầy lan truyền đi cả nước, nên có rất nhiều người bệnh từ khắp nơi kéo đến. Lúc bấy giờ, tôi trực tiếp cầu nguyện cho những kẻ bị quỉ ám, vì ma quỉ là thần linh nên biết trước rằng chúng sẽ bị đuổi. Nhiều khi chúng van xin mà rằng, "Xin chớ đuổi chúng tôi vào nước và lửa!" Hẳn là tôi không chấp nhận yêu cầu của chúng.

Còn nước và lửa thì sao? Kinh Thánh cũng đã ghi lại sự oán giận của chúng đối với nước và lửa. Khi tôi cầu nguyện để hiểu thêm về điều nầy, Đức Chúa Trời bảo cùng tôi rằng, về phương diện thuộc linh, nước tượng trưng cho sự sống, đặc biệt hơn, chính lời Đức Chúa Trời là sự sáng. Hơn nữa, lửa tượng trưng cho lửa Thánh Linh. Do đó, ma quỉ là đại diện cho sự tối tăm sẽ quyền lực và thẩm quyền khi chúng bị đuổi vào lửa hoặc vào nước.

Trong Mác 5 có mô tả một cảnh tượng Chúa Jêsus truyền lệnh cho quỉ "Quân Đoàn" phải ra khỏi một người đàn ông, và chúng van xin Ngài cho chúng nhập vào bầy heo (Mác 5:12). Chúa Jêsus cho phép chúng, những ác linh ấy xuất khỏi người đàn ông và đến với bầy heo. Bầy heo đó khoảng hai ngàn con, bèn đổ xô xuống bờ hồ rồi chết chìm. Chúa Jêsus đã làm vậy để không cho những quỉ nầy thực hiện công việc của Luciphe nữa bằng cách cho chúng chìm xuống hồ. Song, điều nầy không có nghĩa rằng ma quỉ bị chết đuối; chúng chỉ mất sức mạnh. Vậy nên Chúa Jêsus bảo cùng chúng ta rằng, *"Khi tà ma ra rồi một người, thì nó đi đến nơi khô khan kiếm chỗ nghỉ, nhưng kiếm không được"* (Ma-thi-ơ 12:43).

Con cái của Đức Chúa Trời nên biết rõ về thế giới thuộc linh để có thể bày tỏ quyền năng của Ngài. Ma quỉ sẽ run sợ và kinh hãi nếu chúng ta đuổi chúng với sự hiểu biết đầy trọn về thế giới thuộc linh. Song, chúng sẽ chẳng e sợ, chưa nói đến việc bị đuổi ra, nếu chúng ta chỉ thốt lên "Hỡi quỉ, hãy lui ra, đi vào nước! Đi vào lửa!" mà chẳng hiểu biết gì về thuộc linh.

Luciphe cố sức xây dựng vương quốc của nó

Đức Chúa Trời là Chúa của tình yêu thương dư dật song Ngài cũng là Đức Chúa Trời công chính. Bất kỳ một vua chúa nào ở thế gian có nhân từ và tha thứ đến đâu chăng nữa, họ cũng chẳng thể nào luôn luôn khoan dung tha thứ cách vô điều kiện. Khi có kẻ trộm cắp và giết người trong xứ, vua đó phải truyền lệnh bắt và trừng phạt chúng theo luật định của xứ để bảo vệ sự hòa bình và an ninh cho đồng bào mình. Cho dù con cái hay những người yêu mến của mình phạm tội trọng như tội phản quốc, vua đó chẳng có sự lựa chọn nào khác mà bèn là trừng phạt chúng theo pháp luật.

Tương tự như vậy, Đức Chúa Trời của tình yêu thương cũng ở trong trật tự nghiêm khắc khe của thế giới thuộc linh. Đức Chúa Trời đã dành cho Luciphe một tình yêu thương cao cả trước khi nó phản bội, và ngay cả sau đó, Đức Chúa Trời đã trao cho Luciphe sự toàn quyền trên thế giới tối tăm, song phần thưởng duy nhất mà nó sẽ phải nhận ấy là sự giam hãm nơi Vực Sâu. Vì cớ Luciphe đã biết trước sự thật nầy, nó ra sức thiết lập vương quốc mình và gìn giữ nó. Vì cớ đó, hơn hai ngàn năm trước đây, Luciphe đã giết nhiều nhà tiên tri của Đức Chúa Trời. Hơn hai ngàn năm trước, khi Luciphe phát hiện sự ra đời của Chúa Jêsus, để ngăn chặn công việc xây dựng vương quốc của Đức Chúa Trời và để duy trì vĩnh viễn vương quốc tối tăm của mình, nó cố gắng giết Chúa Jêsus qua tay Vua Hêrốt. Sau khi bị Satan xúi giục, Hêrốt hạ lệnh cho giết hết thảy các bé trai từ hai tuổi trở xuống trong xứ ấy (Ma-thi-ơ 2:13-18).

Ngoài ra điều nầy, trong hai ngàn năm qua, Luciphe đã luôn

ra sức bách hại và giết những ai bày tỏ quyền phép lạ lùng của Đức Chúa Trời. Song, Luciphe chẳng thể nào thắng hơn Đức Chúa Trời hay vượt qua sự khôn ngoan của Ngài, và sự cuối cùng của nó chỉ được tìm thấy ở nơi Vực Sâu.

Đức Chúa Trời yêu thương ban cho nhiều cơ hội để ăn năn

Hết thảy con người trên thế gian chắc chắn sẽ chịu đoán xét tùy theo công việc họ làm. Sự rủa sả và hình phạt dành cho kẻ bất công, và phước hạnh và vinh quang dành cho người nhân từ. Dầu vậy, Đức Chúa Trời của tình yêu thương không ném ngay những kẻ vừa phạm tội vào địa ngục. Ngài Kiên nhẫn chờ đợi sự ăn năn của con người như có chép trong 2 Phi-e-rơ 3:8-9, *"Hỡi kẻ rất yêu dấu, chớ nên quên rằng ở trước mặt Chúa một ngày như ngàn năm, ngàn năm như một ngày. Chúa không chậm trễ về lời hứa của Ngài như mấy người kia tưởng đâu, nhưng Ngài lấy lòng nhịn nhục đối với anh em, không muốn cho một người nào chết mất, song muốn cho mọi người đều ăn năn."* Ấy là tình yêu của Đức Chúa Trời Đấng mong muốn hết thảy mọi người đều được cứu rỗi.

Qua sứ điệp về địa ngục nầy, chúng ta hãy nhớ rằng Đức Chúa Trời cũng đã kiên nhẫn chờ đợi hết thảy những kẻ bị trừng phạt ở Hạ Tầng Âm Phủ. Đức Chúa Trời yêu thương đã xót xa cho những linh hồn ấy, những kẻ đã được tạo dựng theo ảnh tượng của Ngài, những kẻ đang khốn khổ và còn phải khốn khổ nữa.

Bất chấp tình yêu và sự kiên nhẫn của Đức Chúa Trời, nếu người ta vẫn không tin nhận phúc âm cho đến cùng hay xưng nhận đức tin song miệt mài trong tội lỗi, họ sẽ mất hết cơ hội cứu rỗi và phải sa xuống địa ngục.

Đây là lý do tại sao chúng ta là những kẻ tin phải luôn luôn rao truyền phúc âm cho dù có thuận thời hay không. Chúng ta hãy giả sử rằng có một vụ hỏa hoạn lớn tại nhà mình trong lúc chúng ta vắng nhà. Khi trở về, thấy căn nhà đang chìm trong lửa và con cái chúng ta đang ngủ ở trong. Có lẽ nào chúng ta sẽ không cố hết sức để cứu con cái mình hay sao? Tấm lòng của Đức Chúa Trời tan vỡ khi Ngài nhìn thấy những con người được dựng nên theo ảnh tượng mình đang phạm tội và phải sa vào lửa đời đời ở địa ngục. Tương tự, chúng ta có thể hình dung Đức Chúa Trời sẽ vui sướng biết bao khi nhìn thấy những con người đang dẫn dắt những người khác đến với con đường cứu rỗi!

Chúng ta hãy thấu hiểu tấm lòng Đức Chúa Trời đã tiếc thương và xót xa cho những kẻ trên đường sa xuống địa ngục, cũng như tấm lòng của Chúa Jêsus Christ Đấng chẳng muốn một linh hồn nào phải chịu hư mất. Bấy giờ chúng ta đã đọc về địa ngục ác nghiệt và khốn khổ, chúng ta có thể hiểu tại sao Đức Chúa Trời rất vui mừng khi nhìn thấy con người được cứu rỗi. Tôi hy vọng rằng anh em sẽ thấu hiểu và cảm thông với tấm lòng của Đức Chúa Trời hầu cho chúng ta sẽ rao truyền tin lành đến mọi người và đưa dẫn họ về với nước thiên đàng.

Chương 9

Những Hình Phạt ở Địa Ngục Sau Đại Phán Xét

Sự Kiên Nhẫn và Tình Yêu của Đức Chúa Trời

Tại Sao Đức Chúa Trời Yêu Thương Phải Dựng Nên Địa Ngục?

Đức Chúa Trời Muốn Hết Thảy Mọi Người Đều Được Cứu

Dạn Dĩ Rao Truyền Phúc Âm

"[Đức Chúa Trời] muốn cho mọi người được cứu rỗi và hiểu biết lẽ thật."
(1 Ti-mô-thê 2:4)

"Tay Ngài cầm nia mà dê thật sạch sân lúa mình, và Ngài sẽ chứa lúa vào kho, còn rơm rạ thì đốt trong lửa chẳng hề tắt."
(Ma-thi-ơ 3:12)

Khoảng hai ngàn năm trước đây, Chúa Jêsus đã đi khắp các thị thành và làng quê trong xứ Ysơraên, rao giảng tin lành và chữa lành mọi bệnh tật. Khi gặp đoàn dân đông, Chúa Jêsus đã động lòng thương xót, vì họ cùng khốn và tan lạc, như chiên không có người chăn (Ma-thi-ơ 9:36). Có vô số những con người cần phải được cứu, song chẳng có ai chăm sóc họ. Cho dù Chúa Jêsus có sốt sắng đi khắp các làng quê để thăm viếng họ, Ngài cũng chẳng thể chăm lo cho từng người trong họ.

Trong Ma-thi-ơ 9:37-38, Chúa Jêsus bảo cùng các môn đệ rằng, *"Mùa gặt thì thật trúng, song con gặt thì ít. Vậy hãy cầu xin chủ mùa gặt sai con gặt đến trong mùa mình."* Có nhu cầu rất lớn đối với những người làm công cho Chúa là những người đi dạy dỗ cho vô số con người về lẽ thật với tình yêu nóng cháy để xua tan tối tăm ra khỏi họ trong xứ của Chúa Jêsus.

Ngày nay, có rất nhiều người trở thành nô lệ của tội lỗi, khốn khổ vì bệnh tật, đói nghèo, cùng tai họa, họ đang trên đường sa vào địa ngục – căn nguyên là do không biết lẽ thật. Chúng ta phải thấu hiểu tấm lòng của Chúa Jêsus Đấng đang tìm kiếm thợ gặt để sai đến cánh đồng mùa gặt, hầu cho chúng ta không những nhận lãnh ơn cứu rỗi mà còn thưa cùng Ngài rằng, "Lạy Chúa, có con đây, xin hãy sai con!"

Sự Kiên Nhẫn và Tình Yêu của Đức Chúa Trời

Có một người con trai được bố mẹ hết sức yêu quý và chiều chuộng. Một ngày nọ người con nầy đòi bố mẹ chia tài sản cho mình. Mặc dù không hiểu rõ đề nghị của con mình, song họ đồng ý với lời đề nghị ấy của con là người mà họ sẽ trao cho mọi thứ bằng mọi giá. Sau đó người con ấy đã mang số tài sản được chia đi sang nước khác. Mặc dù lúc đầu anh ta cũng có nhiều tham vọng và mong muốn, dần dần anh đã tiêu xài vào các thú vui và các dục vọng của thế gian và cuối cùng đã phung phí hết tài sản đã có được. Vả lại, bấy giờ ở xứ đó đang phải đối diện với sa sút nghiêm trọng nên anh ta càng trở nên túng quẩn hơn. Một ngày nọ, người ta đưa tin về người con trai nầy đến tai bố mẹ nó mà nói rằng, con họ bây giờ chẳng hơn một kẻ ăn mày vì sự sống phung phí của nó, và do đó đã bị người ta khinh miệt.

Ắt hẳn bố mẹ anh ta đã nghĩ gì? Thoạt đầu, họ có thể tức giận, nhưng rồi sẽ rất lo lắng cho nó mà nghĩ rằng, "Hỡi con trai, hãy mau trở về nhà, bố mẹ sẽ tha thứ cho con!"

Đức Chúa Trời chấp nhận những con cái quay trở lại trong ăn năn

Tấm lòng những bậc cha mẹ nầy được chép trong Lu-ca 15. Người cha, kẻ con con bỏ đi đến một xứ xa xôi khác, hàng ngày ra đầu ngõ đứng ngóng trông con. Người cha đã tha thiết trông mong con mình trở về đến nỗi khi nó trở về, người đã có thể nhận ra ngay nó tự đằng xa, người chạy đến mà vui mừng ôm con ấy vào lòng. Người cha mặc lấy cho đứa con ăn năn của mình quần áo tốt nhất và mang giày tốt cho nó, giết bò mập, mở tiệc khoản đãi trong sự vinh dự của người con.

Ấy là tấm lòng của Đức Chúa Trời. Ngài không những tha thứ cho hết thảy những ai thật lòng ăn năn, không kể đến số lượng hay mức độ nghiêm trọng của tội lỗi họ, mà còn yên ủi và ban quyền năng để họ làm công việc tốt hơn. Khi có người được cứu bởi đức tin, Đức Chúa Trời vui mừng cùng các thiên binh thiên sứ mà tán dương sự kiện ấy. Đức Chúa Trời nhân từ của chúng ta chính là tình yêu thương. Với tấm lòng của người cha trông ngóng con mình, Đức Chúa Trời tha htiết mong muốn hết thảy mọi người xoay bỏ tội ô để nhận lãnh ơn cứu rỗi.

Đức Chúa Trời yêu thương và tha thứ

Qua Ô-sê 3, chúng ta có thể thoáng nhận ra sự nhân từ và thương xót tràn đầy của Đức Chúa Trời chúng ta, Đấng luôn sẵn lòng tha thứ và yêu thương ngay cả những tội nhân.

Một ngày nọ, Đức Chúa Trời bảo cùng Ô-sê rằng hãy lấy một người đàn bà tà dâm làm vợ. Ô-sê vâng lời mà cưới Gômê. Song, vài năm sau, Gômê chẳng giữ được mình mà đem lòng đi yêu một người đàn ông khác. Và lại, nàng được trả tiền như gái điếm để đi yêu người khác. Đức Chúa Trời lại bảo cùng Ô-sê, *"Hãy đi, lại yêu một người đàn bà tà dâm đã có bạn yêu mình, theo như Đức Giêhôva vẫn yêu con cái Ysơraên, dầu chúng nó xây về các thần khác, và ưa bánh ngọt bằng trái nho"* (Ô-sê 3:1). Đức Chúa Trời bảo Ô-sê hãy yêu vợ mình, kẻ đã bội tình ông mà bỏ nhà đi yêu kẻ khác. Ô-sê đã mua đàn bà ấy bằng mười lăm miếng bạc và một hôme rưỡi mạch nha (Ô-sê 3:2). Thử hỏi có mấy ai làm được điều đó? Sau khi Ô-sê mua Gômê đem về, ông bảo cùng nàng, *"Ngươi khá chờ đợi ta lâu ngày; đừng làm sự gian dâm và chớ làm vợ người nam nào, thì ta đối với ngươi cũng sẽ làm như vậy"* (Ô-sê 3:3). Người đã chẳng buộc tội hay ghét bỏ nàng, bèn là đem tình yêu thương mà tha thứ nàng, cũng nài xin nàng đừng bao giờ lìa bỏ người nữa.

Những gì Ô-sê đã làm dường như sự ngu muội trong con mắt người đời. Tuy nhiên, tấm lòng người là tượng trưng cho tấm lòng Đức Chúa Trời. Như Ô-sê đi cưới người đàn bà tà dâm, Đức Chúa Trời yêu chúng ta trước, và ngay cả giải cứu chúng ta, trong khi là những kẻ đã lìa bỏ Ngài.

Sau sự bất tuân của Ađam, hết thảy loài người đều bị tiêm nhiễm bởi tội lỗi. Giống Gômê, họ chẳng xứng với tình yêu của

Thiên Chúa. Dầu vậy, Đức Chúa Trời vẫn yêu thương họ và ban Con một yêu quý của mình là Chúa Jêsus để chịu chết trên thập tự giá. Ngài phải chịu đánh đập, đội mão gai, chịu đóng đinh chnâ tay hầu cho có thể cứu được chúng ta. Thậm chí lúc đang chết trên thập tự, Ngài khẩn cầu rằng, "Lạy Cha, xin tha cho họ." Thậm chí như chúng ta biết rằng, Chúa Jêsus giải hòa hết thảy tội nhân trước Ngai Đức Chúa Trời là Cha thiên thượng của chúng ta.

Song, có rất nhiều người chẳng biết đến tình yêu thương và ân sủng của Đức Chúa Trời. Thay vào đó, họ ham mê thế gian và miệt mài trong tội lỗi trong sự nuông chiều những thèm khát của xác thịt. Một số người sống trong tối tăm vì cớ chẳng biết đến lẽ thật. Một số khác biết lẽ thật, song thời gian trôi qua, họ thay lòng đổi dạ để rồi lại phạm tội nữa. Một khi người ta được cứu, họ thanh tẩy lòng mình trong mỗi ngày. Dầu vậy, tấm lòng của họ trở nên hư hoại và ô uế chẳng giống ban đầu mới nhận lãnh Thánh Linh. Do đó những người nầy thậm chí phạm đến những sự xấu xa mà trước đây họ đã xoay bỏ.

Đức Chúa Trời vẫn muốn tha htứ và yêu mến ngay những kẻ đã phạm tội và yêu mến thế gian. Như Ô-sê đã mua người đàn bà tà dâm là kẻ đem lòng yêu thương người đàn ông khác về làm vợ, Đức Chúa Trời đang chờ đợi con cái của Ngài, những kẻ phạm tội biết ăn năn và quay trở về cùng Ngài.

Thế thì, chúng ta phải thấu hiểu tấm lòng của Đức Chúa Trời Đấng đã tỏ cho chúng ta biết về địa ngục qua sứ điệp nầy. Đức Chúa Trời chẳng muốn làm cho chúng ta kinh hãi; Ngài chỉ muốn chúng ta nhận biết sự khốn khổ của địa ngục, trọn lòng ăn năn và nhận lãnh sự cứu rỗi. Sứ điệp về địa ngục là cách mà Ngài muốn thổ lộ tình yêu cháy bỏng của Ngài dành cho mỗi chúng ta. Chúng ta cũng phải thấu hiểu tại sao Đức Chúa Trời đã phải dựng nên địa ngục hầu cho chúng ta có thể hiểu tấm lòng của Ngài cách sâu sắc hơn và rao truyền phúc âm cứu rồi đến mọi người để cứu họ ra khỏi những hình phạt đời đời.

Tại Sao Đức Chúa Trời Yêu Thương Phải Dựng Nên Địa Ngục?

Sáng Thế 2:7 có chép, *"Giêhôva Đức Chúa Trời bèn lấy bụi đất nắn nên hình người, hà sanh khí vào lỗ mũi; thì người trở nên một loài sinh linh."*

Năm 1983, một năm sau ngày hội thánh tôi được khởi sự, Đức Chúa Trời tỏ cùng tôi một sự hiện thấy về sự tạo dựng nên Ađam. Đức Chúa Trời hạnh phúc và vui sướng mà lấy đất sét nặn nên hình hài Ađam với sự ân cần và thương yêu, như thể một con trẻ đang nâng niu món đồ yêu quý nhất của mình. Sau khi nặn nên hình hài Ađam một cách tinh tế rồi, Đức Chúa Trời hà sanh khí vào lỗ mũi người. Vì chúng ta đã nhận sanh khí từ Đức Chúa Trời, Đấng thần linh, linh hồn của chúng ta là bất diệt. Xác thịt được làm nên từ bụi đất rồi sẽ hư nát và trở về với một nắm bụi đất, song linh hồn chúng ta còn đến đời đời.

Vì lý do đó, Đức Chúa Trời đã phải sắm sẵn những nơi ở cho những linh hồn bất diệt nầy, và ấy là thiên đàng và địa ngục. Như có chép trong 2 Phi-e-rơ 2:9-10, Những ai sống trong sự kính sợ Đức Chúa Trời sẽ được cứu và vào nước thiên đàng, song những kẻ gian ác sẽ bị trừng phạt ở địa ngục.

Thì Chúa biết cứu chữa những người tin kính khỏi cơn cám dỗ, và hành phạt kẻ không công bình, cầm chúng nó lại để chờ ngày phán xét, nhứt là những kẻ theo lòng tư dục ô uế mình mà ham mê sự sung sướng xác thịt, khinh dể quyền phép rất cao. Bọn đó cả gan tự đắc, nói hỗn đến các bậc tôn trọng mà không sợ.

Một mặt, con cái của Đức Chúa Trời sẽ sống dưới vương quyền đời đời của ngài ở thiên đàng. Vậy nên, thiên đàng luôn luôn tràn đầy hạnh phúc và vui mừng. Trái lại, địa ngục là nơi dành cho những kẻ không tin nhận tình yêu của Đức Chúa Trời mà thay vì bội nghịch Ngài và trở thành tôi mọi của tội lỗi. Ở địa ngục, chúng sẽ phải chịu những hình phạt khốc liệt. Vậy, tại sao Đức Chúa Trời yêu thương đã phải dựng nên địa ngục?

Đức Chúa Trời phân rẽ lúa mì ra khỏi rơm rác

Như một người nông dân đem hạt giống ra gieo và chăm sóc chúng, Đức Chúa Trời nuôi dưỡng loài người trong thế gian nầy nhằm có được những con cái đích thực. Khi đến kỳ thu hoạch của vụ mùa, Ngài phân rẽ lúa mì khỏi rơm rác, đem lúa mì về nước thiên đàng, còn rơm rác thì quăng xuống địa ngục.

Tay Ngài cầm nia mà dê sạch sân lúa mình, và Ngài sẽ chứa lúa vào kho, còn rơm rác thì đốt trong lửa chẳng hề tắt (Ma-thi-ơ 3:12).

Ở đây, lúa mì tượng trưng cho hết thảy những ai tin nhận Chúa Jêsus Christ, cố gắng phục hồi lại hình ảnh của Đức Chúa Trời, và sống theo lời Ngài. "Rơm rác" nói đến những kẻ không tin nhận Chúa Jêsus Christ làm Cứu Chúa mình, song ham mến thế gian, và đi theo sự gian ác.

Như một người nông dân thu hoạch lúa mì vào kho, còn rơm rác là thứ dùng làm phân cho vụ mùa thì đem đốt đi, Đức Chúa Trời cũng đem lúa mì vào nước thiên đàng và ném rơm rác xuống địa ngục.

Đức Chúa Trời muốn biết chắc rằng chúng ta biết về sự tồn tại của Hạ Tầng Âm Phủ và địa ngục. Dung nham dưới bề mặt của vỏ trái đất và lửa là những thứ để nhắc nhở chúng ta về những hình phạt đời đời ở địa ngục. Nếu ở đời nầy chẳng có lửa hay diêm sinh, làm sao chúng ta thậm chí có thể hình dung ra những cảnh tượng kinh khiếp ở Hạ Tầng Âm Phủ và địa ngục? Đức Chúa Trời đã dựng nên những thứ ấy vì chúng cần thiết cho công cuộc trưởng dưỡng nhân loại.

Lý do "rơm rác" bị ném vào địa ngục

Một số người có thể thắc mắc, "Tại sao Đức Chúa Trời của tình yêu thương đã phải dựng nên địa ngục? Tại sao Ngài không để cho rơm rác cũng được vào nước thiên đàng?"

Sự xinh đẹp của thiên đàng là vượt quá bất kỳ một sự tưởng tượng hay mô tả nào. Đức Chúa Trời, chủ tể của thiên đàng, là Đấng thánh khiết, không tì vết, do vậy, chỉ những kẻ làm theo ý muốn của Ngài mới được vào thiên đàng (Ma-thi-ơ 7:21). Nếu những kẻ gian ác được vào thiên đàng cùng ở chung với những người đầy lòng yêu thương và nhân từ, sự sống ở thiên đàng sẽ vô cùng khó khăn và rắc rối, và thiên đàng xinh đẹp sẽ phải bị ô uế. Vì vậy Đức Chúa Trời đã phải dựng nên địa ngục để phân tách lúa mì trong thiên đàng khỏi rơm rác ở địa ngục.

Nếu không có địa ngục, người công bình buộc phải sống chung với những kẻ gian ác. Nếu vậy, thiên đàng sẽ là thiên đàng của sự tối tăm, đầy tiếng la hét và kêu khóc trong đau đớn. Tuy nhiên, mục đích của Đức Chúa Trời là Đấng đã trưởng dưỡng loài người không dựng nên một nơi như vậy. Thiên đàng là nơi không có nước mắt, sầu đau, khổ sở, và bệnh tật, nơi mà Ngài có thể chia sẻ tình yêu dư dật cùng con cái mình đến đời đời. Vậy, địa ngục là nơi cần thiết để giam hãm vĩnh viễn những kẻ gian ác và vô dụng – rơm rác.

Rô-ma 6:16 nói rằng, *"Anh em há chẳng biết rằng nếu anh em đã nộp mình làm tôi mọi đặng vâng phục kẻ nào, thì là tôi* mọi của kẻ mình vâng phục, hoặc của tội lỗi đến sự chết, hoặc của sự vâng phục để được nên công bình hay sao?" Cho dù có thể người không nhận biết điều nầy, hết thảy những ai không sống theo lời của Đức Chúa Trời đều là nô lệ của tội lỗi và là nô lệ của kẻ thù chúng ta là Satan và ma quỉ. Trên thế gian nầy, họ chịu phục dưới quyền Satan và ma quỉ; sau khi chết, họ sẽ bị ném vào tay những ác linh ở địa ngục và phải nhận lấy đủ loại hình phạt.

Đức Chúa Trời ban thưởng cho mọi người tùy vào những gì họ đã làm

Đức Chúa Trời chúng ta không chỉ là Đức Chúa Trời của tình yêu thương, nhân từ, tốt bụng mà còn là một Đức Chúa Trời ngay thẳng và công bình, Ngài ban thưởng cho mỗi chúng ta tùy vào việc làm của mình. Ga-la-ti 6:7-8 nói rằng:

Chớ để bị lừa dối; Đức Chúa Trời không chịu khinh dể đâu; vì ai gieo giống chi, lại gặt giống ấy. Kẻ gieo cho xác thịt, sẽ bởi xác thịt mà gặt sự hư nát; sogn kẻ gieo cho Thánh Linh, sẽ bởi Thánh Linh mà gặt sự sống đời đời.

Hễ gieo sự cầu nguyện và ngợi khen, chúng ta sẽ được ban cho quyền năng để sống theo lời Chúa với quyền phép từ thiên đàng, thần linh chúng ta cũng sẽ được làm cho sung mãn. Khi gieo sự hầu việc cách trung tín, hết thảy linh, hồn và thân thể chúng ta đều sẽ được mạnh mẽ. Khi gieo tài chánh qua của dâng phần mười, hoặc của dâng cảm tạ, chúng ta sẽ được phước về tài chánh bội phần hơn hầu cho chúng ta có thể đầu tư nhiều hơn nữa cho vương quốc Đức Chúa Trời và sự công chính. Trái lại, hễ gieo điều tai hại, người ta sẽ nhận lấy báo đáp y như những điều gian ác họ đã gieo ra. Cho dù là một kẻ tin, khi gieo tội ác và điều rắc rối, chúng ta phải đối diện với gian nan thử thách. Thế thì, tôi hy vọng rằng anh chị em sẽ được khai sáng và nhận biết được sự thật nầy bởi sự vùa giúp của Đức Thánh Linh, hầu cho chúng nhận lãnh được sự sống đời đời. Trong Giăng 5:28-29, Đức Chúa Jêsus bảo cùng chúng ta rằng, *"Chớ lấy điều đó làm lạ; vì giờ đến khi mọi người ở trong mồ mả nghe tiếng Ngài và ra khỏi; ai đã làm lành thì sống lại để được sự sống, ai đã làm dữ thì sống lại để bị đoán xét."* Trong Ma-thi-ơ 16:27, Đức Chúa Jêsus phán hứa cùng chúng ta, *"Vì Con người sẽ ngự trong vinh hiển của Cha mình mà giáng xuống cùng các thiên sứ, lúc đó, Ngài sẽ thưởng cho từng người, tùy việc họ làm."*

Với sự chính xác hoàn toàn, qua sự Phán Xét, Đức Chúa Trời ban thưởng xứng đáng và ấn định những hình phạt thích hợp cho mọi người tùy công việc họ đã làm. Mỗi người đi vào thiên đàng hay địa ngục không phải tùy thuộc vào Đức Chúa Trời mà bèn là tùy vào cá nhân ấy là kẻ có ý chí tự do, và mọi người sẽ gặt lấy những gì mình gieo ra.

Đức Chúa Trời Muốn Hết Thảy Mọi Người Đều Được Cứu

Trước mặt Đức Chúa Trời một con người được tạo dựng theo ảnh tượng của Ngài quan trọng hơn cả vũ trụ. Do vậy, Ngài muốn hết thảy con người đều tin Chúa Jêsus Christ để được cứu rỗi.

Đức Chúa Trời càng vui mừng hơn khi có một tội nhân ăn năn

Với tấm lòng của người chăn bầy người tìm kiếm khắp nơi vượt qua nhiều chặng đường khó khăn để tìm một con chiên bị lạc mặc dù người đang còn chín mươi chín con an toàn (Lu-ca 15:4-7), Đức Chúa Trời càng vui mừng trước một tội nhân ăn năn hơn chín mươi chín người công bình chẳng cần ăn năn.

Trước giả Thi Thiên đã viết trong sách Thi Thiên 103:12-13, *"Phương đông xa cách phương tây bao nhiêu, thì Ngài đem sự vi phạm chúng tôi ra khỏi chúng tôi bấy nhiêu. Đức Giêhôva thương xót kẻ kính sợ Ngài, khác nào cha thương xót con cái mình vậy."* Đức Chúa Trời cũng phán hứa trong Ê-sai 1:18 rằng *"Bây giờ hãy đến cho chúng ta biện luận cùng nhau. Dầu tội các ngươi như hồng điều, sẽ trở nên trắng như tuyết; dầu đỏ như son, sẽ trở nên trắng như lông chiên."*

Đức Chúa Trời là sự sáng và ở trong Ngài chẳng hề có sự tối tăm. Chính Ngài cũng là sự thiện lành, Ngài gớm ghiếc tội lỗi, nhưng khi có một kẻ phạm tội đến trước Ngài mà ăn năn, Đức Chúa Trời chẳng nhớ đến tội lỗi của người ấy. Thay vào đó, Ngài ôm ấp và ban phước cho kẻ phạm tội biết ăn năn mà trở lại cùng Ngài trong sự tha thứ và tình yêu thương vô hạn.

Nếu chúng thấu hiểu được tình yêu thương lạ lùng của Đức Chúa Trời dẫu chỉ là sự hiểu biết ít ỏi, chúng ta sẽ cư xử cùng nhau bằng tình yêu tha thiết. Chúng ta hãy đem lòng thương xót lấy những kẻ đang trên đường đến với lửa địa ngục, cầu nguyện tha thiết cho họ, chia sẻ tin lành cùng họ, và thăm viếng những kẻ có đức tin yếu và củng cố đức tin họ, hầu cho họ có thể đứng vững.

Nếu chúng ta không ăn năn

1 Ti-mô-thê 2:4 nói rằng, *"[Đức Chúa Trời] muốn cho mọi*

người được cứu rỗi và hiểu biết lẽ thật." Đức Chúa Trời tha thiết mong muốn chúng ta nhận biết Ngài, được cứu rỗi, và đến được nơi của Ngài. Đức Chúa Trời rất mong muốn sự cứu rỗi đến với mọi người và thậm chí thêm một người được cứu, Ngài luôn chờ đợi những ai đang sống trong tối tăm và tội lỗi quay trở lại cùng Ngài.

Tuy vậy, cho dù Đức Chúa Trời đã trao cho con người rất nhiều cơ hội để ăn năn, đến mức hy sinh Con một của Ngài trên cây thập tự, nếu họ chẳng ăn năn và chết đi, chỉ có một sự thật dành cho họ. Theo thánh luật, họ sẽ gặt những gì mình gieo và được báo đáp tùy những gì họ đã làm, và cuối cùng thì bị ném vào địa ngục.

Tôi hy vọng rằng chúng ta sẽ nhận biết được tình yêu và sự công chính kỳ diệu nầy của Đức Chúa Trời hầu cho chúng ta tin nhận Chúa Jêsus để được tha tội. Hơn nữa, hãy ăn ở và sống theo ý muốn của Đức Chúa Trời để có thể tỏa sáng như mặt trời trong thiên quốc.

Dạn Dĩ Rao Truyền Phúc Âm

Những kẻ biết và thật sự tin có thiên đàng và địa ngục không thể không rao truyền phúc âm, vì họ biết khá rõ tấm lòng của Đức Chúa Trời Đấng mong muốn hết thảy mọi người đều nhận được sự cứu rỗi.

Nếu không có người rao truyền tin lành

Rô-ma 10:14-15 cho chúng ta biết rằng Đức Chúa Trời tán dương những kẻ rao truyền phúc âm:

Nhưng họ chưa tin Ngài thì kêu cầu sao được? Chưa

nghe nói về Ngài thì làm thể nào mà tin? Nếu chẳng ai rao giảng, thì nghe làm sao? Lại nếu chẳng ai được sai đi, thì rao giảng thể nào? Như có chép rằng: "Những bàn chân kẻ rao truyền tin lành là tốt đẹp biết bao!"

Trong 2 Các Vua 5, có một câu chuyện về Naaman, quan tổng binh của vua Aram. Naaman được vua quý trọng và có địa vị cao vì người đã nhiều lần cứu nguy đất nước mình. Ông đã trở nên nổi tiếng và giàu có, mọi thứ đều dư dật. Song, người đã bị bệnh phung. Thời bấy giờ, phung là một bệnh bất trị và bị xem là một sự rủa sả từ bề trên, nên sự dũng cảm và giàu có của Naam giờ đã thành vô dụng đối với người. Ngay cả vua của ông chẳng giúp được.

Chúng ta có thể hình dung lòng dạ của Naaman như thế nào khi ông nhìn thân thể có lần từng cường tráng khỏe mạnh của mình, giờ đang thối rữa từng ngày? Hơn thế nữa, thậm chí ngay cả người nhà cũng xa lánh ông vì e rằng họ cũng sẽ bị nhiễm bệnh chăng. Naaman cảm thấy bất lực và thất vọng biết bao!

Song, Đức Chúa Trời đã có kế hoạch tốt đẹp cho Naman, một quan tổng binh dân ngoại. Có một thị nữ người bị bắt từ Ysơraên, hiện đang hầu việc cho vợ Naaman.

Naaman được chữa lành sau khi nghe theo thị nữ người

Tuy là một cô gái nhỏ bé, song người thị đã biết cách giải quyết nan đề của Naaman. Cô bé nầy tin rằng, Tiên Tri Êlisê ở Samari có thể chữa lành bệnh chủ mình. Cô dạn dĩ bày tỏ tin tức về quyền phép mà Đức Chúa Trời đã thể hiện qua Êlisê với chủ mình. Cô ta không thể cầm được miệng mình, đặc biệt là những gì cô đã đem hết lòng tin cậy. Sau khi nghe tin nầy, Naaman đã chuẩn bị của lễ với tấm lòng thành thật của mình và đi gặp tiên tri đó.

Chúng ta nghĩ điều gì sẽ xảy đến với Naaman? Ông được

chữa lành hoàn toàn bởi quyền phép Đức Chúa Trời là Đấng ở cùng Êlisê. Thậm chí ông còn xưng nhận rằng, *"Bây giờ tôi nhìn biết rằng trên khắp thế gian chẳng có chúa nào khác hơn Đức Chúa Trời trong Ysơraên"* (2 Các Vua 5:15). Naaman được chữa lành không chỉ về bệnh tình mà vấn đề tâm linh người cũng được giải quyết.

Trong câu chuyện nầy, Chúa Jêsus dẫn giải trong Lu-ca 4:27: *"Trong đời đấng tiên tri Êlisê, dân Ysơraên cũng có nhiều kẻ mắc bệnh phung; song không có ai lành sạch được, chỉ có Naaman, người xứ Syri mà thôi."* Tại sao chỉ có Naaman là người dân ngoại lại có thể được lành mặc dù trong xứ Ysơraên lúc bấy giờ có rất nhiều người bị phung? Ấy là vì Naaman có tấm lòng thành thật nhân từ và đủ khiêm tốn để lắng nghe lời khuyên từ người khác. Mặc là một người ngoại, Đức Chúa Trời đã chuẩn bị một phương cách cứu rỗi cho Naaman vì cớ ông là một người nhân từ, luôn là một tướng quân trung thành với vua mình, và là một đầy tớ yêu nhân dân mình đến mức sẵn sàng hy sinh vì họ.

Thế nhưng, nếu thị nữ đó không bày tỏ sứ điệp về quyền phép Đức Chúa Trời qua Êlisê với Naaman, hẳn ông ta đã phải chết vì bệnh đừng nói chi đến việc nhận được sự cứu rỗi. Mạng sống một người quyền thế và một chiến binh danh giá phụ thuộc vào môi miệng cô gái bé nhỏ.

Dạn Dĩ Rao Truyền Phúc Âm

Như trường hợp của Naaman, nhiều người chung quanh chúng ta đang chờ để được nghe từ môi miệng chúng ta. Ngay trong đời nầy, họ đang phải khốn đốn với nhiều khó khăn của cuộc sống và đang mỗi ngày gần với địa ngục hơn. Thật đáng thương biết bao nếu sau khi trải qua cuộc sống khó khăn như vậy trên đất nầy, họ lại phải bị hành khổ đời đời nơi địa ngục!

Vậy nên, những con cái của Đức Chúa Trời phải dan dĩ bày tỏ phúc âm cho những người ấy.

Đức Chúa Trời sẽ vô cùng vui mừng khi bởi quyền phép của Chúa, người chết được sống lại, kẻ khốn cùng được giải thoát. Ngài cũng làm cho họ thịnh vượng và khỏe mạnh, và bảo cùng họ rằng, "Ngươi là con cái ta kẻ làm đã khát linh hồn ta." Hơn nữa, Đức Chúa Trời sẽ vùa giúp họ có được đức tin lớn đủ để vào thành vinh vinh hiển của Giêrusalem Mới, nơi có Ngai Đức Chúa Trời ngự tọa. Ngoài ra, có lẽ nào chính những người đã nghe được nghe tin lành từ chúng ta và tin nhận Chúa Jêsus Christ, lại không biết ơn về những gì mình đã làm cho họ sao?

Nếu ở đời nầy người ta không có đức tin để được cứu, một khi sa vào địa ngục, họ sẽ chẳng bao giờ có "một cơ hội thứ hai." Giữa sự đau đớn và khốn khổ đời đời, họ chỉ có thể ăn hận và than khóc không thôi.

Để cho chúng ta được nghe phúc âm và tin nhận Chúa, có rất nhiều sự hy sinh và cống hiến của nhiều tổ phụ đức tin, những người đã bị giết bằng gươm, bị làm mồi cho những thú vật hung tợn, hoặc phải chịu tuẫn đạo vì sự rao giảng phúc âm.

Vậy, chúng ta phải làm gì khi biết rằng mình đã được cứu khỏi địa ngục? Chúng ta phải cố gắng hết mình để giải thoát nhiều linh hồn ra khỏi địa ngục để đem họ vào tay Chúa. Trong 1 Cô-rinh-tô 9:16, sứ đồ Phaolô xưng nhận sứ mệnh với tấm lòng nóng cháy của mình: *"Ví bằng tôi rao truyền Tin lành, tôi chẳng có cớ gì khoe mình, vì tôi buộc phải giảng; còn không rao truyền Tin lành, thì khốn khó cho tôi thay."*

Tôi hy vọng rằng anh em sẽ bước vào thế gian với tấm lòng nóng cháy của Chúa để cứu nhiều người ra khỏi hình phạt đời đời của địa ngục.

Qua sách nầy, chúng ta đã biết về một nơi rùng rợn và khốn khổ đời đời được gọi là địa ngục. Tôi cầu nguyện cho anh em được đụng chạm bởi tình yêu của Đức Chúa Trời, Đấng không muốn một linh hồn nào phải bị hư mất, hãy tỉnh thức với đời sống Cơ Đốc Nhân của chính mình, và bày tỏ phúc âm với bất kỳ ai cần được nghe nó.

Trước mặt Đức Chúa Trời, chúng ta quý hơn cả thế gian và có giá trị hơn mọi thứ trong vũ trụ gộp lại, vì chúng ta được tạo dựng nên theo ảnh tượng của Ngài. Thế thì, chúng ta không được làm nô lệ cho tội lỗi là thứ chống nghịch lại Đức Chúa Trời để rồi phải chôn thân nơi địa ngục, nhưng hãy trở thành một con cái đích thực của Đức Chúa Trời là người bước đi trong sự sáng, sống và làm theo lẽ thật.

Với cùng chung một niềm vui sướng khi Đức Chúa Trời tạo dựng nên Ađam, ngay cả ngay nay Ngài cũng xem chúng ta như vậy. Ngài mong muốn chúng ta có tấm lòng chân thật, nhanh chóng trưởng thành trong đức tin, và đạt đến tầm thước vóc dáng trọn vẹn của Đấng Christ.

Trong danh Chúa, tôi cầu nguyện cho anh em không chậm trễ trong việc tiếp nhận Chúa Jêsus Christ để nhận lãnh ơn phước và thẩm quyền với tư cách là con cái yêu quý của Đức Chúa Trời, hầu cho chúng ta có thể làm muối của đất và ánh sáng của thế gian, để đưa dẫn nhiều người đến với con đường cứu rỗi!

Tác giả:
Tiến Sĩ Jaerock Lee

Tiến Sĩ Jaerock Lee sinh trưởng tại Muan, tỉnh phận Jeonnam, Cộng Hòa Nhân Dân Triều Tiên, năm 1943. Những năm tháng của tuổi 20, Mục sư Lee đã phải trải qua rất nhiều căn bệnh nan y, trong bảy năm trường đầy tuyệt vọng, vô phương cứu chữa, ông chỉ còn biết chờ chết. Một ngày kia, vào mùa xuân 1974, được chị gái đưa đến nhà thờ, khi quỳ xuống cầu nguyện, Đức Chúa Trời hằng sống đã chữa lành mọi bệnh tật ông ngay tức khắc.

Qua kinh nghiệm kỳ diệu đó, Tiến Sĩ Lee đã gặp được Đức Chúa Trời hằng sống, ông đã dâng trọn tấm lòng thành kính lên Ngài, năm 1978, ông được kêu gọi bước vào con đường hầu việc Đức Chúa Trời. Ông hết lòng cầu nguyện để hiểu rõ ý muốn Ngài và hoàn thành sứ mạng một cách tốt nhất, ông vâng phục tất cả các mạng lệnh. Năm 1982 ông thành lập Hội Thánh Trung Tâm Manmin tại Seoul, Hàn Quốc và tại đây nhiều công việc của Chúa kể cả những phép lạ chữa lành, những dấu lạ đã và đang xảy ra đến mức không kể xiết.

Năm 1986, Tiến Sĩ Lee được thụ phong tại Hội Thánh Annual Assembly Jesus Sungkyul của Hàn Quốc, bốn năm sau, 1990, những bài giảng luận của ông bắt đầu được phát song qua các đài phát thanh tại Úc Châu, Nga, Philipines và được phát sóng nhiều qua Đài Nguồn Sống FEBC, Đài Phát Thanh Á Châu, và Hệ thống Truyền thanh Cơ Đốc Nhân Washington, và nhiều quốc gia khác.

Ba năm sau, 1993, Hội Thánh Trung Tâm Manmin được tạp chí Cơ Christian World (US) bầu chọn, xếp vào "Top 50 Hội Thánh Hàng Đầu Thế Giới" và ông nhận học vị Tiến Sĩ Danh Dự Thần Học của Trường Đại Học Christian Faith, Florida, USA và năm 1996, Ông nhận học vị Tiến sĩ Mục Vụ tại Chủng Viện Thần Học Kingsway, Iowa, USA.

Kể từ năm 1993, Tiến Sĩ Lee đã bước vào sứ mạng truyền giáo quốc tế qua nhiều chiến dịch hải ngoại tại Hoa Kỳ, Tanzania, Argentina, Uganda, Nhật Bản, Pakistan, Kenya, Philipines, Honduras, Ấn Độ, Nga, Đức, và Peru, Cộng Hòa Dân Chủ Công-Gô, và Y-sơ-ra-ên. Năm 2002, ông được tờ báo chuyên đề Christian newspapers ở Hàn Quốc gọi là "Mục sư toàn cầu" có liên quan đến nhiều Chiến Dịch Liên Minh Kỳ Diệu tại hải ngoại.

Đến tháng 7, năm 2013, Hội Thánh Trung Tâm Manmin là một giáo hội có hơn 120.000 thành viên. Có 10.000 chi nhánh trong và ngoài nước, và có hơn 129 giáo sĩ được ủy thác đến 23 quốc gia, bao gồm Hoa Kỳ, Nga, Đức, Canada, Nhật, Trung Quốc, Pháp, Ấn Độ, Kenya, và nhiều nơi khác.

Cho đến ngày xuất bản sách này, Tiến Sĩ Lee đã viết được 87 cuốn sách, trong đó có những cuốn rất được ưa chuộng như, *Nếm Trải Sự Sống Đời Đời Trước Cái Chết*, *Và Niềm Tin I & II*, *Sứ Điệp Thập Tự Giá*, *Tầm Thước Đức Tin*, *Thiên Đàng I & II*, *Địa Ngục* và *Quyền Năng Đức Chúa Trời*. Những tác phẩm của ông đã được phiên dịch trên 76 ngôn ngữ khác nhau.

Các mục báo Cơ Đốc của ông xuất hiện trên *The Hankook Ilbo*, *The JoongAng Daily*, *The Chosun Ilbo*, *The Dong-A Ilbo*, *The Munhwa Ilbo*, *The Seoul Shinmun*, *The Kyunghyang Shinmun*, *The Korea Economic Daily*, *The Korea Herald*, *The Shisa News*, và *The Christian Press*.

Tiến Sĩ Lee hiện nay là lãnh đạo của nhiều tổ chức truyền giáo và hiệp hội, bao gồm: Chủ Tịch Hội Thánh The United Holiness Church of Jesus Christ; Chủ Tịch Sứ Mạng Toàn Cầu Manmin, Chủ Tịch Thường Trực Hiệp Hội Sứ Mạng Phục Hưng Cơ Đốc Thế Giới, Nhà Sáng Lập & Ban Chủ Tịch Mạng Lưới Cơ Đốc Nhân Toàn Cầu (GCN), Mạng Lưới Bác Sĩ Cơ Đốc Nhân Toàn Cầu (WCDN), và Chủng Viện Thần Học Quốc Tế Manmin (MIS).

Những sách khác đầy quyền năng cùng tác giả

Thiên Đàng I & II

Một bản phát thảo chi tiết về một môi trường sống huy hoàng tráng lệ mà những công dân thiên đàng sẽ vui sống và một sự mô tả tuyệt vời về những cấp độ khác nhau của các vương quốc thiên đàng.

Sứ Điệp Thập Tự Giá

Một sứ điệp thức tỉnh đầy quyền năng dành cho những ai đang trong tình trạng ngủ mê thuộc linh! Qua sách nầy chúng ta sẽ nhận biết được lý do tại sao Giê-su là Cứu Chúa duy nhất và tình yêu chân thật của Đức Chúa Trời.

Nếm Trãi Sự Sống Đời Đời Trước Cái Chết

Ký thuật của Tiến Sĩ Jaerock Lee, một con người được tái sanh, được cứu ra khỏi trũng bóng chết và đang có một cuộc sống Cơ Đốc Nhân mẫu mực.

Tầm Thước Đức Tin

Nơi ở và vương miện nào trên thiên đàng đang chờ chúng ta? Sách nầy cung cấp cho chúng ta sự khôn ngoan và hướng dẫn chúng ta phương cách để có thể biết được lượng đức tin của mình và trưởng dưỡng lượng đức tin ấy một cách tốt nhất và trưởng thành nhất.

Đời Tôi, Và Niềm Tin I & II

Tự truyện của Tiến Sĩ Jaerock Lee đem lại cho độc giả một mùi hương thiêng liêng tuyệt vời nhất qua đời sống của ông được chiết xuất từ tình yêu của Đức Chúa Trời được trổ hoa trong giữa đợt sóng đen tối, ách lạnh lùng và những thất vọng khó lường nhất.

www.urimbooks.com

www.ingramcontent.com/pod-product-compliance
Lightning Source LLC
LaVergne TN
LVHW010313070526
838199LV00065B/5544